ANG KUMPLETO NA GABAY SA FERMENTED FRUIT

Sumisid sa Mundo ng Fermentation na may 100 Masarap na Recipe

MIGUEL BRAVO

Copyright Material ©2024

Lahat ng Karapatan ay Nakalaan

Walang bahagi ng aklat na ito ang maaaring gamitin o ipadala sa anumang anyo o sa anumang paraan nang walang wastong nakasulat na pahintulot na ipinadala ng publisher at may-ari ng copyright, maliban sa mga maikling sipi na ginamit sa isang pagsusuri. Ang aklat na ito ay hindi dapat ituring na kapalit ng medikal, legal, o iba pang propesyonal na payo.

TALAAN NG MGA NILALAMAN

TALAAN NG NILALAMAN 3
PANIMULA 6
FERMENTED FRUIT CHUTNEY 8
   1. Amaretto Cranberry Chutney 9
   2. Cranberry-Fig Chutney 11
   3. Dragon Fruit Chutney 13
   4. Cranberry orange chutney 15
   5. Fijian Chili Mango Chutney 17
   6. Mango chutney 19
   7. Fijian Spicy Tamarind Chutney 21
   8. Kulturang Spicy Peach Chutney 23
   9. Adobong Igos at Pulang Sibuyas Chutney 25
   10. Elderberry Plum Chutney 27
   11. Caramelized Pear at Pomegranate Chutney 29
   12. Tangy (Fermented) Fruit Chutney 31
   13. Candied Fruit Chutney 33
   14. Fruit barbecue chutney 35
   15. Matamis at maasim na papaya chutney 37
   16. Apple&prune chutney 39
   17. Carambola chutney 41
   18. Cardamom-Spiced Quince Chutney 43
   19. Banana chutney 45
   20. Petsa&orange chutney 47
   21. Sariwang pineapple chutney 49
   22. Lime chutney 51
   23. Lime-apple chutney 53
   24. Pinausukang apple chutney 55
   25. Nectarine chutney 57
   26. Mabilis na peach chutney 59
   27. Cardamom-Spiced Mango Chutney 61
MGA INUMIN NA PRUTAS 63
   28. Blush Rose Kombucha 64
   29. Peach Kombucha Lassi 66
   30. Lemonade Kombucha 68
   31. Blackberry Zinger 70
   32. Pomegranate Kombucha 72
   33. Blueberry-Ginger Kombucha 74
FERMENTED SAUCES AT COMPOTES 76
   34. Fermented Berry Compote 77
   35. Fermented Apple Sauce 79
   36. Fermented Cranberry Sauce 81

37. Fermented Pineapple Salsa 83
38. Fermented Mango Salsa 85
39. Fermented Peach Salsa 87
40. Fermented Watermelon Salsa 89
41. Fermented Onion chutney 91

FERMENTED FRUIT JAMS AND JELLIES 93
42. Fermented Strawberry Jam 94
43. Fermented Peach Jelly 96
44. Fermented Raspberry Jam 98
45. Fermented Blueberry Jelly 100

MGA KULTURA NG PRUTAS AT SUKA 102
46. Kultura na Spicy Peach Chutney 103
47. Matamis na Vanilla Peaches 105
48. Crabapple Vinegar 107
49. Apple Vinegar 109
50. Pineapple Vinegar 112

FEMENTED FRUIT PICKLES 114
51. Spiced Fig Pickle 115
52. Plum at Ginger Pickle 117
53. Cherry Almond Pickle 119
54. Peach, Pear, at Cherry Pickles 121
55. Matamis at Tangy Apricot Pickles 123
56. Avocado Pickles 125
57. Adobo na Maasim na Cherries 127
58. Cranberry Orange Pickle 129
59. Spiced Orange Pickle 131
60. Lemon Basil Pickle 133
61. Citrus Ginger Pickle 135
62. Honey-Lime Mango Pickle 137
63. Yuzu Pickled Daikon 139
64. Grapefruit Pickle 141
65. Adobong Tangerines 143
66. Mga Adobong Kumquat 145
67. Citron Pickle 148
68. Cantaloupe Pickles 151
69. Adobo na Balatan ng Pakwan 153
70. Adobong Honeydew na may Herb 155
71. Adobong Galia Melon 157
72. Adobong Pakwan at Dill 159
73. Kool-Aid Watermelon Pickles 161
74. Blueberry Mint Pickle 163
75. Raspberry Balsamic Pickle 165
76. Adobong Strawberry 167

77. Adobo na Blackberry 169
78. Mabilis na Adobong Cranberry 171
79. Adobong Persimmons 173
80. Adobong Pomegranate At Pipino 175
81. Minty Boozy Pickled Berries 177
82. Atsara ng Mangga 179
83. Mango, Pineapple, and Papaya Pickle 181
84. Sweet and Spicy Pineapple Pickle 183
85. Kiwi Jalapeño Pickle 185
86. Atsara ng Sili ng Bayabas 187
87. Starfruit Ginger Pickle 189
88. Adobong Dragon Fruit 191
89. Jackfruit Mango Pickle 193
90. Atsara ng Kiwi 196
91. Spiced Apple Rings 198
92. Gingered Pear Pickle 200
93. Apple at Beet Pickles 202
94. Vanilla Bourbon Pears Pickles 204
95. Rosemary Pickled Pears 207
96. Apple Jicama Pickles 209
97. Adobong Mansanas na may Sili 212
98. Apple Pie Pickles 214
99. Winter Whisky Apple Pickles 216
100. Balsamic Cinnamon Pear Pickles 218

KONKLUSYON **220**

PANIMULA

Maligayang pagdating sa "Ang kumpleto na gabay sa fermented fruit: Dive into the World of Fermentation with 100 Flavorful Recipe!" Sa komprehensibong gabay na ito, nagsimula kami sa isang paglalakbay sa mayaman at magkakaibang mundo ng mga fermented na prutas. Ang fermentation, isang sinaunang culinary practice, ay hindi lamang nagpapanatili ng mga prutas ngunit pinahuhusay din ang kanilang lasa, nutritional value, at digestibility. Isa ka mang batikang fermenter o nagsisimula pa lang sa iyong pakikipagsapalaran sa fermentation, nag-aalok ang handbook na ito ng napakaraming recipe, diskarte, at insight para mapataas ang iyong karanasan sa pagbuburo.

Ang mga fermented fruit ay pinahahalagahan ng mga kultura sa buong mundo sa loob ng maraming siglo, mula sa Korean kimchi hanggang sa German sauerkraut, na nagpapakita ng pagiging pandaigdigan at versatility ng fermentation. Sa handbook na ito, tinutuklasan namin ang mga nuances ng pagbuburo ng iba't ibang prutas, kabilang ang mga mansanas, berry, citrus, tropikal na prutas, at higit pa. Ang bawat prutas ay nagdadala ng sarili nitong natatanging katangian, lasa, at benepisyong pangkalusugan sa proseso ng fermentation, na ginagawa itong isang kapana-panabik na paggalugad para sa parehong mga baguhan at mahilig.

Sa kabuuan ng mga page na ito, matutuklasan mo ang sining at agham ng fermentation, mula sa pag-unawa sa papel ng mga kapaki-pakinabang na mikrobyo hanggang sa pag-master ng balanse ng mga lasa at texture. Sinisiyasat namin ang iba't ibang paraan ng fermentation, tulad ng wild fermentation, lacto-fermentation, at vinegar fermentation, na nag-aalok ng sunud-sunod na mga tagubilin at mga tip sa pag-troubleshoot para matiyak ang iyong tagumpay sa bawat batch.

Higit pa sa mga praktikal na aspeto, ang fermentation ay isa ring pagdiriwang ng kultura, tradisyon, at pagkamalikhain. Iniuugnay tayo nito sa ating mga ninuno na umasa sa pagbuburo upang mapanatili ang pana-panahong kasaganaan at mapangalagaan ang kanilang mga komunidad sa malupit na taglamig. Sa ngayon, ang pag-ferment ng mga prutas ay hindi lamang isang paraan upang mabawasan ang basura ng pagkain kundi isang anyo din ng pagpapahayag ng culinary, na nagpapahintulot sa amin na mag-eksperimento sa mga lasa, pampalasa, at mga diskarte upang lumikha ng kakaiba at masarap na mga ferment.

Kung ikaw ay nagbuburo para sa kalusugan, kasiyahan, o simpleng kagalakan ng pag-eeksperimento, ang "Ang kumpleto na gabay sa fermented fruit" ay ang iyong mapagkukunan para sa lahat ng kailangan mong malaman tungkol sa pagbuburo ng mga prutas. Kaya, i-roll up ang iyong mga manggas, ipunin ang iyong mga paboritong prutas, at magsimula tayo sa isang masarap na paglalakbay sa mapang-akit na mundo ng pagbuburo.

MGA FRUIT CHUTNEY

1. Amaretto Cranberry Chutney

MGA INGREDIENTS:
- 1 tasang sariwang cranberry
- ¼ tasa ng Amaretto liqueur
- ¼ tasang apple cider vinegar
- ¼ tasang pulot
- ¼ tasa tinadtad na sibuyas
- 1 kutsarang gadgad na sariwang luya
- ¼ kutsarita ng kanela
- Asin at paminta para lumasa

MGA TAGUBILIN:

a) Sa isang medium saucepan, pagsamahin ang cranberries, Amaretto, apple cider vinegar, honey, sibuyas, luya, kanela, asin, at paminta.
b) Dalhin sa isang kumulo sa katamtamang init, pagpapakilos paminsan-minsan.
c) Lutuin hanggang sa pumutok ang mga cranberry at lumapot ang timpla ng mga 10-15 minuto.
d) Ayusin ang pampalasa sa panlasa, pagdaragdag ng mas maraming asin o pulot kung ninanais.
e) Maglingkod bilang isang pampalasa para sa mga inihaw na karne o bilang isang spread para sa mga sandwich.

2. Cranberry-Fig Chutney

MGA INGREDIENTS:
- 4 na tasang Cranberries, tinadtad nang magaspang
- 1 one-inch knob na ugat ng luya, binalatan at pinutol ng pino
- 1 malaking Navel orange, quartered at pinong tinadtad
- 1 maliit na sibuyas, pinong tinadtad
- ½ tasa ng pinatuyong currant
- 5 Mga tuyong igos, pinong pinutol
- ½ tasang Walnuts, toasted at magaspang na tinadtad
- 2 kutsarang buto ng mustasa
- 2 kutsarang suka ng cider
- ¾ tasa Bourbon o Scotch whisky (opsyonal)
- 1½ tasa Light brown sugar
- 2 kutsarita Ground cinnamon
- 1 kutsarita Ground nutmeg
- ½ kutsarita ng giniling na mga clove
- ½ kutsarita ng Asin
- ⅛ kutsarita ng Cayenne pepper

MGA TAGUBILIN:
a) Sa isang 4-quart saucepan, pagsamahin ang magaspang na tinadtad na cranberry, pinong ginutay-gutay na luya, pinong tinadtad na pusod na orange, hiniwang sibuyas, pinatuyong currant, snipped dried fig, toasted at tinadtad na walnuts, mustard seeds, ginutay-gutay na luya, cider vinegar, at whisky (kung gamit).
b) Sa isang maliit na mangkok, ihalo nang husto ang brown sugar, kanela, nutmeg, cloves, asin, at cayenne pepper.
c) Idagdag ang mga tuyong sangkap mula sa maliit na mangkok sa kasirola kasama ang iba pang mga sangkap. Haluin upang pagsamahin ang lahat.
d) Painitin ang pinaghalong hanggang sa kumulo.
e) Bawasan ang apoy at hayaang kumulo ang chutney sa loob ng 25-30 minuto, madalas na pagpapakilos.
f) Kapag tapos na, hayaang lumamig ang chutney, at pagkatapos ay palamigin ito nang hanggang 2 linggo. Bilang kahalili, maaari itong i-freeze nang hanggang 1 taon.
g) Tangkilikin ang iyong masarap na cranberry fig Chutney!

3. Dragon Fruit Chutney

MGA INGREDIENTS:
- 1 dragon fruit, diced
- 1 kutsarang langis ng gulay
- 1 maliit na sibuyas, pinong tinadtad
- 2 sibuyas ng bawang, tinadtad
- 1 kutsarang gadgad na luya
- ¼ tasa ng brown sugar
- ¼ tasang apple cider vinegar
- ¼ kutsarita ng giniling na kanela
- Asin at paminta para lumasa

MGA TAGUBILIN:
a) Init ang mantika sa isang medium saucepan sa medium heat.
b) Idagdag ang sibuyas, bawang, at luya, at igisa hanggang sa malambot at translucent ang sibuyas, mga 5 minuto.
c) Idagdag ang diced dragon fruit, brown sugar, apple cider vinegar, cinnamon, asin, at paminta.
d) Pakuluan, pagkatapos ay bawasan ang init at hayaang kumulo hanggang lumapot ang sarsa at malambot ang dragon fruit mga 15-20 minuto.
e) Ihain bilang pampalasa para sa mga inihaw na karne o bilang pansawsaw para sa mga spring roll.

4. Cranberry orange chutney

MGA INGREDIENTS:
- 24 ounces buong cranberries , banlawan
- 2 tasang puting sibuyas , tinadtad
- 4 kutsarita ng luya , binalatan, gadgad
- 2 tasang gintong pasas
- 1 1/2 tasa puting asukal
- 2 tasang 5% puting distilled vinegar
- 1 1/2 tasa ng brown sugar
- 1 tasa ng orange juice
- 3 stick ng kanela

MGA TAGUBILIN:
a) Pagsamahin ang lahat ng sangkap gamit ang Dutch oven . Pakuluan sa mataas ; kumulo ng 15 minuto .
b) Alisin ang cinnamon sticks at itapon.
c) Punan ang mga garapon, na nag-iiwan ng 1/2-pulgada na espasyo .
d) Ilabas ang mga bula ng hangin.
e) Isara ang mga garapon nang mahigpit, pagkatapos ay init ng 5 minuto sa isang paliguan ng tubig.

5. Fijian Chili Mango Chutney

MGA INGREDIENTS:
- 2 hinog na mangga, binalatan, hiniwa, at hiniwa
- ½ tasang asukal
- ¼ tasa ng suka
- 2-3 pulang sili, pinong tinadtad (i-adjust sa gusto mong pampalasa)
- ½ kutsarita luya, gadgad
- ½ kutsarita ng giniling na mga clove
- Asin sa panlasa

MGA TAGUBILIN:

a) Sa isang kasirola, pagsamahin ang mangga, asukal, suka, pulang sili, luya, giniling na clove, at isang kurot na asin.

b) Lutuin sa mahinang apoy, hinahalo paminsan-minsan, hanggang sa lumapot ang timpla at lumambot ang mangga.

c) Hayaang lumamig ang chutney at pagkatapos ay iimbak ito sa isang garapon. Ang maanghang na mango chutney na ito ay perpekto para sa pagdaragdag ng matamis at maanghang na sipa sa iyong mga pagkain.

6. Mango chutney

MGA INGREDIENTS:
- 11 tasang tinadtad na hilaw na mangga
- 2 1/2 kutsarang ginadgad na sariwang luya
- 4 1/2 tasa ng asukal
- 1 kutsarita ng canning salt
- 1 1/2 Kutsara tinadtad na sariwang bawang
- 3 tasa 5% puting distilled vinegar
- 2 1/2 tasa s dilaw na sibuyas, tinadtad
- 2 1/2 tasa gintong pasas
- 4 na kutsarita ng sili r

MGA TAGUBILIN:
a) Pagsamahin ang asukal at suka sa a stockpot. Magdala ng 5 minuto. Idagdag ang lahat ng iba pang Ingredients.
b) Kumulo sa loob ng 25 minuto, gumagalaw nang paminsan-minsan.
c) Punan ang timpla sa mga garapon, na nag-iiwan ng 1/2-pulgada na espasyo. Ilabas ang mga bula ng hangin.
d) Isara ang mga garapon nang mahigpit, pagkatapos ay init ng 5 minuto sa isang paliguan ng tubig.

7. Fijian Spicy Tamarind Chutney

MGA INGREDIENTS:
- 1 tasang tamarind pulp
- ½ tasang brown sugar
- ¼ tasa ng tubig
- 2-3 cloves ng bawang, tinadtad
- 1-2 pulang sili, pinong tinadtad (i-adjust sa gusto mong pampalasa)
- Asin sa panlasa

MGA TAGUBILIN:
a) Sa isang kasirola, pagsamahin ang tamarind pulp, brown sugar, tubig, tinadtad na bawang, at tinadtad na sili.
b) Magluto sa mahinang apoy, patuloy na pagpapakilos, hanggang sa lumapot ang timpla at matunaw ang asukal.
c) Timplahan ng asin ayon sa panlasa.
d) Hayaang lumamig ang chutney, pagkatapos ay magsilbi bilang isang maanghang na pampagana ng Fijian. Mainam itong ipares sa pritong o inihaw na meryenda.

8.Kultura na Spicy Peach Chutney

MGA INGREDIENTS:
- ½ maliit na sibuyas, tinadtad (mga ⅓ tasa tinadtad) at igisa
- 2 katamtamang mga milokoton, pitted at coarsely tinadtad
- ½ kutsarita na hindi nilinis na asin sa dagat
- Kurutin ang itim na paminta
- ⅛ kutsarita cloves
- ¼ kutsarita ng turmeric powder
- ½ kutsarita ng ground coriander
- ½ kutsarita ng kanela
- 1 cayenne pepper, tuyo at durog
- 3 kutsarang whey, 2 probiotic na kapsula, o ½ kutsarita ng probiotic powder

MGA TAGUBILIN:

a) Pagsamahin ang lahat ng mga sangkap sa isang mangkok; kung gumagamit ka ng mga probiotic na kapsula, ibuhos ang laman sa pinaghalong prutas, at itapon ang mga walang laman na shell ng kapsula.

b) Haluin hanggang sa ito ay halo-halong mabuti. Ibuhos ang pinaghalong sa isang kalahating quart na mason jar na may takip, takpan, at iwanan sa temperatura ng kuwarto nang humigit-kumulang labindalawang oras.

c) Palamigin, kung saan dapat itong itago nang halos apat na araw.

9. Adobong Igos at Red Onion Chutney

MGA INGREDIENTS:
- 2 tasa sariwang igos, quartered
- 1 malaking pulang sibuyas, hiniwa ng manipis
- 1 tasang red wine vinegar
- 1/2 tasa ng pulot
- 1 kutsarita buto ng mustasa
- 1/2 kutsarita ng itim na paminta
- Kurot ng asin

MGA TAGUBILIN:
a) Sa isang kasirola, pagsamahin ang quartered figs, manipis na hiniwang pulang sibuyas, red wine vinegar, honey, mustard seeds, black pepper, at isang pakurot ng asin.
b) Dalhin ang pinaghalong kumulo at lutuin hanggang sa lumambot ang mga igos at sibuyas.
c) Hayaang lumamig ang chutney bago ito ilipat sa mga malinis na garapon. I-seal at palamigin.

10. Elderberry Plum Chutney

MGA INGREDIENTS:
- ½ tasang pulang sibuyas, tinadtad
- 1 kutsarang langis ng oliba
- 4 maitim na plum, pitted at tinadtad (mga 2 tasa)
- ½ tasang pinatuyong rose hips (o mga pasas)
- ¾ tasa ng asukal
- 1 kutsarita ng giniling na kanela
- ½ kutsarita ng giniling na luya
- ½ kutsarita ng pinatuyong clove
- 1 tasang Elderberry Vinegar

MGA TAGUBILIN:

a) Sa isang 2-quart saucepan, igisa ang sibuyas sa langis ng oliba sa katamtamang init, patuloy na pagpapakilos hanggang sa translucent, mga 5 minuto.

b) Idagdag ang mga plum, rose hips, asukal, kanela, luya, clove, at elderberry na suka. Bawasan ang init sa medium-low at lutuin, walang takip, hanggang sa bumagsak ang prutas at lumapot ang timpla, mga 25 minuto. Haluin nang madalas para hindi dumikit.

c) Hayaang lumamig ang chutney, at sandok sa isang pint-size na mason jar. Mag-imbak sa refrigerator nang hanggang 6 na buwan (kung hindi mo muna ito lalamunin!)

d) HEALTH TIP: Ang madilim na pula, asul, at purple-pigmented na pagkain ay natural na mataas sa mga kapaki-pakinabang na antioxidant na tinatawag na anthocyanin , na kapaki-pakinabang para sa kalusugan ng cardiovascular, pag-iwas sa kanser, at pag-regulate ng mga antas ng glucose. Ang mga Elderberry ay partikular na nasa tuktok ng aking listahan para sa pag-iwas sa sipon at trangkaso dahil sa kanilang mataas na antas ng aktibidad na antiviral. Ang mga paghahanda ng Elderberry, tulad ng mga tsaa, syrup, suka, palumpong, at jellies, ay maaaring magsulong ng kalusugan ng paghinga, paginhawahin ang pamamaga sa itaas na respiratoryo, at kumilos bilang expectorant para sa masikip na baga.

11. Caramelized Pear at Pomegranate Chutney

MGA INGREDIENTS:
- 2 malalaking hinog na peras (binalatan, tinadtad, at hiniwa)
- 1 tasang pomegranate aril
- ½ tasang brown sugar
- ¼ tasang apple cider vinegar
- 1 kutsarita ng giniling na kanela
- ½ kutsarita ng giniling na luya
- ¼ kutsarita ng giniling na mga clove
- Kurot ng asin
- 1 kutsarang langis ng oliba

MGA TAGUBILIN:

a) Sa isang kawali, init ng langis ng oliba sa katamtamang init. Magdagdag ng diced peras at igisa ng 3-4 minuto hanggang lumambot.

b) Iwiwisik ang brown sugar sa mga peras at ipagpatuloy ang pagluluto, madalas na pagpapakilos, hanggang ang asukal ay mag-caramelize at mabalot ang mga peras, mga 5-7 minuto. Ibuhos ang apple cider vinegar, pagpapakilos upang matunaw ang kawali.

c) Magdagdag ng mga aril ng granada, giniling na kanela, giniling na luya, giniling na mga clove, at isang pakurot ng asin. Haluin mabuti.

d) Bawasan ang apoy sa mahina at kumulo para sa karagdagang 10 minuto, o hanggang sa lumapot ang chutney.

e) Alisin sa init at hayaang lumamig ang chutney bago ito ilipat sa garapon o lalagyan.

12.Tangy (Fermented) Fruit Chutney

MGA INGREDIENTS:
- 3–4 binalatan, tinadtad na mansanas, peach, o ½ tinadtad na pinya
- ½ tasa bawat pinatuyong tinadtad na aprikot, prun, dilaw na pasas, cranberry, seresa, pecan
- 1 hiniwang leek
- Juice ng dalawang lemon
- ¼ tasa ng whey, pinatuyo mula sa yogurt o tubig na kefir o kombucha (nagtitiyak ng mahusay na pagbuburo)
- 2 kutsarita ng asin sa dagat
- 1 kutsarita ng kanela
- ⅛ kutsarita ng red pepper flakes
- Tubig o tubig ng niyog upang takpan

MGA TAGUBILIN:
a) Sa isang malaking mangkok, paghaluin ang lahat ng mga sangkap, maliban sa tubig.
b) Ilagay sa malinis na garapon ng salamin, na nag-iiwan ng isang pulgada o dalawa ng espasyo sa itaas.
c) Takpan at ipahinga sa temperatura ng silid sa loob ng 2-3 araw.
d) Mag-imbak sa refrigerator hanggang sa isang buwan o i-freeze.

13. Candied Fruit Chutney

MGA INGREDIENTS:
- 2 tasa ng pinaghalong minatamis na prutas, tinadtad
- 1 tasa ng pinatuyong mga aprikot, tinadtad
- 1/2 tasang pasas
- 1 tasang brown sugar
- 1 tasang apple cider vinegar
- 1 kutsaritang giniling na luya
- 1/2 kutsarita ng giniling na kanela
- Kurot ng cayenne pepper (opsyonal)

MGA TAGUBILIN:
a) Sa isang kasirola, pagsamahin ang lahat ng mga sangkap at pakuluan.
b) Bawasan ang apoy at kumulo ng 30-40 minuto o hanggang sa lumapot ang chutney.
c) Hayaang lumamig bago ihain.
d) Ang chutney na ito ay mahusay na ipinares sa mga inihaw na karne, keso, o bilang isang pagkalat sa mga sandwich.

14. Fruit barbecue chutney

MGA INGREDIENTS:
- 16 na maliliit na Shallots
- 1¼ tasa ng tuyong puting alak
- 4 katamtamang s Mga aprikot
- 2 malaking Peach
- 2 Buong plum na kamatis
- 12 Buong prun
- 2 katamtamang s Mga sibuyas ng bawang
- 2 kutsarang Low sodium soy sauce
- ½ tasa ng maitim na kayumangging asukal
- ¼ kutsarita ng Red pepper flakes

MGA TAGUBILIN:

Sa isang maliit na kasirola, paghaluin ang shallots at alak; dalhin sa isang pigsa sa mataas na init.

Bawasan ang init sa katamtamang mababang at hayaang kumulo, un Takpan na may takip , hanggang sa lumambot ang shallots, 15 hanggang 20 minuto

Paghaluin ang natitirang mga sangkap sa isang malaking kasirola, magdagdag ng mga shallots at alak, at pakuluan sa mataas na init . Bawasan ang init hanggang sa katamtaman ; lutuin hanggang masira ang mga prutas ngunit medyo makapal pa rin, 10 hanggang 15 minuto . Hayaang lumamig.

Ilipat fractional ng sauce sa food processor at puree.Gamitin ito bilang brine

15. Sweet and sour papaya chutney

MGA INGREDIENTS:
- 1 Papaya (sariwa; hinog o jarred)
- 1 maliit na pulang sibuyas;Segmented napaka manipis
- 1 katamtamang Kamatis-(hanggang 2); may binhi , maliit na diced
- ½ tasa Segmented scallion
- 1 maliit na Pinya; gupitin sa mga tipak
- 1 kutsarang Honey
- Asin; sa panlasa
- Bagong giniling na itim na paminta;sa panlasa
- ½ sariwang jalapeno; pinong tinadtad

MGA TAGUBILIN:
Paghaluin sa isang panghalo

16.Apple&prune chutney

MGA INGREDIENTS:
- 700 Gr.(1 pound,8 oz.) na mansanas, binalatan, pinaghiwa at tinadtad
- 1250 Gr.(2 pound,11 oz.)prun
- 450 Gr.(1 pound) sibuyas, binalatan at hiniwa
- 2 tasang Sultanas
- 2 tasang Apple-suka
- 2⅔cup soft brown sugar
- 1 kutsarang Asin
- 1 kutsaritang Ground, allspice
- 1 kutsarita ng giniling na luya
- ¼kutsarita ng Ground nutmeg
- ¼kutsarita ng Ground cayenne pepper
- ¼kutsarita ng Ground cloves
- 2 kutsarita buto ng mustasa
- Sterilized glass jar

MGA TAGUBILIN:

Pakuluan ang lahat ng sangkap sa isang medyo malaking kawali.Bawasan ang apoy.Pakuluan ng humigit-kumulang 2 oras.

Kapag ang timpla ay sapat na ang kapal, ibuhos ang chutney sa mga isterilisadong garapon at isara ito kaagad.

17. Carambola chutney

MGA INGREDIENTS:
- 2 tasang Carambola(star fruit)cubed(3/4 lb)
- ¼ tasa ng Asukal
- ½ tasa ng dry red wine
- 1 kutsarang Luya, binalatan ng pinong diced
- ¼kutsarita ng Ground cloves
- 2 kutsarang White wine vinegar

MGA TAGUBILIN:

Paghaluin ang lahat ng sangkap sa katamtamang kasirola at haluing mabuti . Pakuluin sa katamtamang apoy at lutuin ng 25 minuto o pataas hanggang sa bahagyang lumapot.

18. Cardamom-Spiced Quince Chutney

MGA INGREDIENTS:
- 2 quinces, binalatan, tinadtad, at diced
- 1 sibuyas, pinong tinadtad
- 1/2 tasa ng brown sugar
- 1/4 tasa ng apple cider vinegar
- 1 kutsarita ng ground cardamom
- 1/2 kutsarita ng giniling na kanela
- 1/4 kutsarita na giniling na mga clove
- Kurot ng asin

MGA TAGUBILIN:
a) Sa isang kasirola, pagsamahin ang mga diced quinces, tinadtad na sibuyas, brown sugar, apple cider vinegar, ground cardamom, ground cinnamon, ground cloves, at isang pakurot ng asin.
b) Pakuluan ang timpla, pagkatapos ay bawasan ang apoy at lutuin ng mga 30-40 minuto o hanggang malambot ang quinces at lumapot ang chutney.
c) Ayusin ang tamis at pampalasa sa panlasa.
d) Hayaang lumamig ang quince chutney bago ihain. Mahusay itong ipinares sa keso, inihaw na karne, o bilang pampalasa para sa mga sandwich.

19. Banana chutney

MGA INGREDIENTS:
- 6 na saging
- 1 tasang tinadtad na sibuyas
- 1 tasang pasas
- 1 tasang tinadtad na tart na mansanas
- 1 tasang Apple cider vinegar
- 2 tasang Asukal
- 1 kutsarang Asin
- 1 kutsarita ng giniling na luya
- 1 kutsarita ng Nutmeg
- ¼ tasa ng Cayenne Pepper
- ⅓ cup lemon juice
- 3 cloves na tinadtad ng bawang

MGA TAGUBILIN:

Balatan at i-mash ang mga saging. Sa isang malaking casserole dish ihalo ang lahat ng sangkap. Maghurno sa isang 350~ grill para sa mga 2 oras, hinahalo paminsan-minsan.

Kapag lumapot, ilagay sa mga isterilisadong garapon at i-seal.

20.Petsa&orange na chutney

MGA INGREDIENTS:
- 1 libra Hindi ginamot na mga dalandan
- 3½ tasa ng Asukal
- 7 kutsarang gintong syrup
- 2 kutsarang Coarse salt
- ¼ kutsarita Mga pinatuyong sili; dinurog
- 6¾ cup Malt vinegar
- 1 libra Mga sibuyas; hiniwa
- 1 libra Dates;binato at diced
- 1 kilong pasas

MGA TAGUBILIN:

Grate ang orange zest at itabi . Kunin ang ubod mula sa mga dalandan at itapon ang mga buto. Putulin nang pino ang laman ng orange . Sa isang malaking, hindi kinakalawang na bakal na kasirola, ihalo ang asukal, syrup, asin, sili, at suka.

Pakuluan sa mataas na init, haluin para matunaw ang asukal. Idagdag ang mga dalandan, sibuyas, petsa, pasas, at fractional ang grated zest.Bawasan ang apoy at kumulo hanggang makapal , mga 1 oras. Haluin ang natitirang orange zest.

21. Sariwang pineapple chutney

MGA INGREDIENTS:
- 1 Lg.(6-7 lb)sariwang pinya
- 1 kutsarang Asin
- ½Lg.siwang bawang, minasa
- 1¾tasang walang binhing pasas
- 1¼ tasa Light brown sugar
- 1 tasang cider vinegar
- 2 2 pulgadang cinnamon sticks
- ¼kutsarita ng Ground cloves

MGA TAGUBILIN:
Balatan, i-segment at gupitin ang pinya. budburan ng asin at hayaang magpahinga ng 1½ oras. Patuyuin.
Ilagay ang bawang at pasas sa pamamagitan ng food chopper gamit ang katamtaman talim.Idagdag sa pinya.
Paghaluin ang asukal, suka at pampalasa sa isang kasirola at dalhin sa kumukulo. Idagdag ang pinaghalong prutas at lutuin sa katamtamang init hanggang lumapot , mga 45 minuto . Sandok sa mainit, isterilisado fractional -ping jar at i-seal nang sabay-sabay.

22. Lime chutney

MGA INGREDIENTS:
- 12 Limes
- 2 Pods ng bawang
- 4 na pulgadang piraso ng luya
- 8 berdeng sili
- 1 kutsarang Chilli powder
- 12 kutsarang Asukal
- 1 tasang Suka

MGA TAGUBILIN:

Linisin ang kalamansi at i-chop sa maliliit na piraso, aalisin ang mga buto. Panatilihin ang anumang katas ng kalamansi na nakolekta habang tinadtad. Pinong hatiin ang bawang, luya at sili. Paghaluin ang lahat ng sangkap maliban sa suka . Lutuin sa mahinang apoy hanggang sa maluto ang halo . makapal.Idagdag ang suka at kumulo ng 5 minuto.Palamigin at bote.Kain pagkatapos ng 3-4 na linggo.

23. Lime-apple chutney

MGA INGREDIENTS:
- ¼ tasa sariwang katas ng kalamansi
- 1 kutsarang Asin
- 1 maliit na sibuyas; napaka pino
- 1½ pounds Tart green na mansanas
- ¼kutsaritang Red chile pepper flakes
- 1½ kutsarita Honey
- ¼ tasa hinimay na niyog na walang tamis

MGA TAGUBILIN:

Sa nonreactive dish, paghaluin ang katas ng kalamansi at asin at haluin hanggang matunaw ang asin.

Magdagdag ng sibuyas, mansanas , hot pepper flakes, pulot at niyog. Haluin upang ihalo, pagkatapos Takpan ng takip at hayaang magpahinga ng hindi bababa sa 10 minuto bago ang Bahagi .

24.Pinausukang apple chutney

MGA INGREDIENTS:
- 4 pounds Granny Smith mansanas, binalatan at Segmented
- 1 malaking Pula o Berde na Bell Pepper, may binhi at diced
- 2 malalaking dilaw na sibuyas, hiniwa
- 1 malaking Clove Bawang, tinadtad
- 1 2" pirasong Fresh Ginger, manipis na Segmented
- 2 kutsarang Yellow mustard seed
- ½ tasang cider vinegar
- ¼ tasa ng Tubig
- 1 tasang Brown Sugar, nakaimpake
- ¾ cup Raisins o Currents

MGA TAGUBILIN:
Paghaluin ang lahat ng sangkap sa palayok.
Haluin upang ihalo. Ilagay sa itaas na rack ng smoker. Takpan gamit ang takip na smoker at manigarilyo 4 hanggang 5 oras, hinahalo ang chutney paminsan-minsan. Magdagdag ng mas maraming tubig kung kinakailangan . Anumang natira ay maaaring itago sa Takpan na may takip na mga garapon sa refrigerator sa loob ng ilang linggo.

25.Nectarine chutney

MGA INGREDIENTS:
- 1 tasa Light brown sugar (naka-pack na)
- ½ tasang cider vinegar
- 4 na Nectarine, binalatan at hiniwa (hanggang 5)
- 1 tasang pasas
- 1 Buong lemon, Sarap ng
- 1 Buong limon, binalatan , binuhi, at hiniwa
- 2 kutsarang sariwang luya, tinadtad
- 1 malaking sibuyas na bawang, tinadtad
- ½ kutsarita ng Curry powder
- ¼ kutsarita ng Cayenne

MGA TAGUBILIN:

Sa isang katamtaman , hindi reaktibo kasirola, lutuin ang suka at brown sugar sa katamtaman init, hinahalo para matunaw ang asukal. Pakuluin . Idagdag ang mga natitirang sangkap.

Pakuluan ng 3 hanggang 5 minuto. Alisin sa init at palamig. Palamigin ng 2 linggo o lata. Ihain kasama ng manok, baboy o ham.

26.Mabilis na peach chutney

MGA INGREDIENTS:
- 2 lata Naka-segment na peach sa juice;(16 oz)reserve Juice
- ¼ cup Plus 1 kutsarang white wine vinegar
- ¼ tasa ng Asukal
- ½ tasa sibuyas;pinong diced
- 1 maliit na Jalapeno, may tangkay , may binhi; pinong diced
- ½ kutsarita ng giniling na kumin
- ¼ kutsarita ng Turmerik
- ¼ kutsarita ng Ground cinnamon
- ⅓ cup gintong pasas

MGA TAGUBILIN:

a) Sa isang katamtamang laki , hindi aluminyo na kasirola, ihalo ang suka, asukal, sibuyas at jalapeno. Haluin sa katamtaman - mababang apoy 3 minuto.

b) Iproseso ang pinatuyo na peach sa isang magaspang na katas sa isang food processor Idagdag sa kasirola na may ¼ tasa na nakareserbang peach juice, cumin , turmeric, cinnamon at mga pasas.

c) Pakuluan , bawasan ang init at kumulo ng 20 minuto, madalas na pagpapakilos.

d) Ilipat ang chutney sa isang ulam. Ihain nang mainit o sa temperatura ng kuwarto.

27. Cardamom-Spiced Mango Chutney

MGA INGREDIENTS:
- 2 tasang hiniwang hinog na mangga
- 1/2 tasa tinadtad na pulang sibuyas
- 1/4 tasa ng mga pasas
- 1/2 tasa ng brown sugar
- 1/2 tasang apple cider vinegar
- 1 kutsarita ng ground cardamom
- 1/2 kutsarita ng giniling na luya
- 1/4 kutsarita red pepper flakes (opsyonal)
- Asin sa panlasa

MGA TAGUBILIN:

a) Sa isang kasirola, pagsamahin ang diced mango, red onion, raisins, brown sugar, apple cider vinegar, ground cardamom, ground ginger, at red pepper flakes.
b) Pakuluan ang timpla, pagkatapos ay bawasan ang apoy at kumulo ng mga 30-40 minuto o hanggang lumapot ang chutney.
c) Timplahan ng asin ayon sa panlasa.
d) Hayaang lumamig ang chutney bago ihain. Mahusay itong ipinares sa mga inihaw na karne, kari, o bilang pampalasa para sa mga sandwich.

MGA INUMING PRUTAS

28.Mamula-mula Rose Kombucha

MGA INGREDIENTS:
- 2 tasang diced strawberry
- 3 tasa ng green tea kombucha
- 2 kutsarita ng rosewater

MGA TAGUBILIN:
a) Sa isang maliit na mangkok, gumamit ng potato masher upang i-mash ang mga strawberry hanggang sa maging maliliit at makatas ang mga ito.
b) Ibuhos ang minasa na mga strawberry sa isang wire mesh strainer na nakalagay sa isang quart-size na garapon. Gamit ang likod ng isang kutsara, pindutin ang strawberry solids upang kunin ang mas maraming juice hangga't maaari. Itapon ang pulp.
c) Idagdag ang green tea kombucha sa strawberry liquid.
d) Idagdag ang rosewater sa garapon, pukawin, at ihain sa yelo.

29.Peach Kombucha Lassi

MGA INGREDIENTS:
- 4 na onsa ng oolong o green tea kombucha
- 1½ tasang diced peach
- 6 ounces plain yogurt
- Tilamsik ng rosewater

MGA TAGUBILIN:
a) Sa isang blender, pagsamahin ang kombucha , peach, yogurt, at rosewater at timpla hanggang makinis.
b) Ihain kaagad.

30. Lemonade Kombucha

MGA INGREDIENTS:
- 1¼ tasa ng sariwang kinatas na lemon juice
- 15 tasang green tea o oolong kombucha

MGA TAGUBILIN:
a) Ibuhos ang 2 kutsarang lemon juice sa bawat 16-onsa na bote.
b) Gamit ang funnel, punan ang mga bote ng kombucha, na nag-iiwan ng humigit-kumulang 1 pulgada ng head space sa bawat bottleneck.
c) Takpan ng mahigpit ang mga bote.
d) Ilagay ang mga bote sa isang mainit na lugar, mga 72°F, para mag-ferment sa loob ng 48 oras.
e) Palamigin ang 1 bote sa loob ng 6 na oras, hanggang sa lumamig nang husto. Buksan ang bote (sa ibabaw ng lababo) at tikman ang kombucha. Kung ito ay bubbly sa iyong kasiyahan, palamigin ang lahat ng mga bote upang ihinto ang pagbuburo. Kung wala pa ito, iwanan ang mga hindi pa nabubuksang bote para maupo ng isa o dalawa pang araw at subukang muli. Kapag ang iyong ninanais na pagbubuhos at tamis ay nakamit, palamigin ang lahat ng mga bote upang ihinto ang pagbuburo.
f) Salain bago ihain upang alisin at itapon ang anumang yeast strands na naroroon pa.

31. Blackberry Zinger

MGA INGREDIENTS:
- 2 tasang blackberry
- 4 na onsa ng sariwang kinatas na katas ng kalamansi
- 14 tasa ng black tea kombucha

MGA TAGUBILIN:
a) Sa isang malaking mangkok, gumamit ng malaking kutsara o potato masher para i-mash ang mga blackberry at ilabas ang mga katas nito.
b) Ilipat ang mga berry sa isang gallon-size na fermentation vessel at idagdag ang lime juice.
c) Punan ang natitira sa sisidlan ng black tea kombucha.
d) Takpan ang garapon gamit ang malinis na puting tela at i-secure ito ng rubber band. Iwanan ang garapon sa
e) mag-ferment ng 2 araw sa isang mainit na lugar, sa pagitan ng 68°F at 72°F.
f) Pagkatapos ng 48 oras, salain ang timpla para maalis ang mga buto ng blackberry.
g) Gamit ang funnel, ibuhos ang timpla sa mga bote at mahigpit na takpan ang mga ito.
h) Iwanan ang mga bote sa isang mainit na lugar, mga 72°F, para mag-ferment ng karagdagang 2 araw.
i) Palamigin ang 1 bote sa loob ng 6 na oras, hanggang sa lumamig nang husto. Buksan ang bote (sa ibabaw ng lababo) at tikman ang kombucha. Kung ito ay bubbly sa iyong kasiyahan, palamigin ang lahat ng mga bote at ihain kapag pinalamig. Kung wala pa ito, iwanan ang mga hindi pa nabubuksang bote para maupo ng isa o dalawa pang araw at subukang muli.
j) Kapag ang iyong ninanais na pagbubuhos at tamis ay nakamit, palamigin ang lahat ng mga bote upang ihinto ang pagbuburo.

32.Pomegranate Kombucha

MGA INGREDIENTS:
- 14 tasa ng tubig, hinati
- 4 na itim na bag ng tsaa
- 4 na bag ng berdeng tsaa
- 1 tasang asukal
- 1 SCOBY
- 2 tasa ng panimulang tsaa
- 1 tasa ng katas ng granada, hinati
- 2 kutsarita ng sariwang kinatas na lemon juice, hinati
- 4 na hiwa ng sariwang luya, hinati

MGA TAGUBILIN:
a) Sa isang malaking kasirola, magpainit ng 4 na tasa ng tubig sa 212°F sa katamtamang init, pagkatapos ay agad na alisin ang kawali sa apoy.
b) Idagdag ang itim at berdeng mga bag ng tsaa, pagpapakilos nang isang beses. Takpan ang kawali at hayaang matarik ang tsaa sa loob ng 10 minuto.
c) Alisin ang mga bag ng tsaa. Idagdag ang asukal at haluin hanggang matunaw ang lahat ng asukal.
d) Ibuhos ang natitirang 10 tasa ng tubig sa kasirola upang palamig ang tsaa. Suriin ang temperatura upang matiyak na ito ay mas mababa sa 85°F bago magpatuloy.
e) Ibuhos ang tsaa sa isang 1-galon na garapon.
f) Hugasan at banlawan nang lubusan ang iyong mga kamay, pagkatapos ay ilagay ang SCOBY sa ibabaw ng tsaa at idagdag ang panimulang tsaa sa garapon.
g) Gamit ang isang malinis na puting tela, takpan ang bukana ng garapon at i-secure ito sa lugar gamit ang isang rubber band. Iwanan ang garapon sa isang mainit na lugar, sa paligid ng 72°F, upang mag-ferment sa loob ng 7 araw.
h) Pagkatapos ng 7 araw, tikman ang kombucha . Kung ito ay masyadong matamis, hayaan itong mag-ferment para sa isang karagdagang araw o dalawa. Kapag masarap sa iyo ang kombucha , alisin at ireserba ang SCOBY para magamit sa hinaharap.
i) Magreserba ng 2 tasa ng kombucha para sa iyong susunod na batch bago lasahan ang natitirang bahagi ng kombucha .

33.Blueberry-Ginger Kombucha

MGA INGREDIENTS:
- 2 tasang blueberries
- ¼ tasa ng minatamis na luya, tinadtad
- 14 tasa ng oolong tea kombucha

MGA TAGUBILIN:
a) Sa isang malaking mangkok, gumamit ng malaking kutsara o potato masher upang i-mash ang mga blueberry at ilabas ang kanilang mga juice.
b) Ilipat ang mga berry sa isang gallon-size na fermentation vessel at idagdag ang minatamis na luya at oolong tea kombucha .
c) Gamit ang malinis na puting tela, takpan ang garapon at i-secure ito ng rubber band. Iwanan ang garapon na mag-ferment sa loob ng 2 araw sa isang mainit na lugar, sa pagitan ng 68°F at 72°F.
d) Pagkatapos ng 48 oras, salain ang timpla upang alisin ang mga piraso ng blueberry at luya.
e) Gamit ang isang funnel, ibuhos ang kombucha sa mga bote at mahigpit na takpan ang mga ito.
f) Ilagay ang mga bote sa isang mainit na lugar, mga 72°F, para mag-ferment sa loob ng 48 oras.
g) Palamigin ang 1 bote sa loob ng 6 na oras, hanggang sa lumamig nang husto. Buksan ang bote (sa ibabaw ng lababo) at tikman ang kombucha . Kung ito ay bubbly sa iyong kasiyahan, palamigin ang lahat ng mga bote at ihain kapag pinalamig. Kung wala pa ito, iwanan ang mga hindi pa nabubuksang bote para maupo ng isa o dalawa pang araw at subukang muli.
h) Kapag ang iyong ninanais na pagbubuhos at tamis ay nakamit, palamigin ang lahat ng mga bote upang ihinto ang pagbuburo.

FERMENTED SAUCES AT COMPOTES

34. Fermented Berry Compote

MGA INGREDIENTS:
- 2 tasang pinaghalong berry (tulad ng mga strawberry, blueberries, raspberry)
- 1/4 tasa ng pulot
- 1 kutsarang whey o fermentation starter

MGA TAGUBILIN:
a) Hugasan nang lubusan ang mga berry at ilagay ang mga ito sa isang garapon ng salamin.
b) Sa isang maliit na mangkok, paghaluin ang honey at whey (o fermentation starter) hanggang sa maayos na pagsamahin.
c) Ibuhos ang pinaghalong pulot sa mga berry sa garapon.
d) Gumamit ng isang kutsara o malinis na mga kamay upang dahan-dahang durugin ang ilan sa mga berry upang palabasin ang kanilang katas.
e) Takpan ang garapon nang maluwag gamit ang isang takip o tela.
f) Pahintulutan ang compote na mag-ferment sa temperatura ng kuwarto para sa 2-3 araw, pagpapakilos isang beses sa isang araw.
g) Kapag na-ferment, ilipat ang compote sa isang selyadong lalagyan at iimbak ito sa refrigerator. Mag-enjoy sa yogurt, oatmeal, o bilang isang topping para sa mga dessert.

35. Fermented Apple Sauce

MGA INGREDIENTS:
- 4-5 medium na mansanas, binalatan, tinadtad, at hiniwa
- 1/4 tasa ng tubig
- 1 kutsarang pulot o maple syrup
- 1 kutsarang whey o fermentation starter
- 1 kutsarita na giniling na kanela (opsyonal)

MGA TAGUBILIN:
a) Ilagay ang hiniwang mansanas sa isang kasirola na may tubig sa katamtamang init.
b) Lutuin ang mga mansanas hanggang sa malambot at madaling mamasa, mga 10-15 minuto.
c) Alisin ang kasirola mula sa apoy at hayaang lumamig nang bahagya ang mga mansanas.
d) Mash ang nilutong mansanas gamit ang isang tinidor o potato masher hanggang sa maabot ang ninanais na consistency.
e) Ihalo ang honey o maple syrup, whey (o fermentation starter), at cinnamon (kung ginagamit).
f) Ilipat ang sarsa ng mansanas sa isang garapon ng salamin.
g) Takpan ang garapon nang maluwag gamit ang isang takip o tela.
h) Hayaang mag-ferment ang sarsa sa temperatura ng kuwarto sa loob ng 2-3 araw.
i) Kapag na-ferment na, itabi ang sarsa ng mansanas sa refrigerator. Tangkilikin bilang meryenda o side dish.

36. Fermented Cranberry Sauce

MGA INGREDIENTS:
- 2 tasang sariwang cranberry
- 1/2 tasa ng orange juice
- 1/4 tasa ng pulot o maple syrup
- Sarap ng 1 orange
- 1 kutsarang whey o fermentation starter

MGA TAGUBILIN:

i) Banlawan ang cranberries at ilagay ang mga ito sa isang kasirola na may orange juice sa katamtamang init.

j) Lutuin ang mga cranberry hanggang sa magsimula silang pumutok at maging malambot, mga 10-15 minuto.

k) Alisin ang kasirola mula sa apoy at hayaang lumamig nang bahagya ang mga cranberry.

l) Mash ang cranberries gamit ang isang tinidor o potato masher hanggang sa maabot ang ninanais na consistency.

m) Ihalo ang honey o maple syrup, orange zest, at whey (o fermentation starter).

n) Ilipat ang sarsa ng cranberry sa isang garapon ng salamin.

o) Takpan ang garapon nang maluwag gamit ang isang takip o tela.

p) Hayaang mag-ferment ang sarsa sa temperatura ng kuwarto sa loob ng 2-3 araw.

q) Kapag na-ferment na, itabi ang cranberry sauce sa refrigerator. Tangkilikin bilang isang side dish na may mga pagkain sa holiday.

37. Fermented Pineapple Salsa

MGA INGREDIENTS:
- 2 tasang diced sariwang pinya
- 1/2 pulang sibuyas, pinong tinadtad
- 1 jalapeno pepper, seeded at pinong tinadtad
- 1/4 tasa sariwang cilantro, tinadtad
- Katas ng 2 kalamansi
- 1 kutsarang whey o fermentation starter
- Asin sa panlasa

MGA TAGUBILIN:
a) Sa isang mangkok, pagsamahin ang diced na pinya, tinadtad na pulang sibuyas, jalapeno pepper, at cilantro.
b) Idagdag ang lime juice, whey (o fermentation starter), at asin ayon sa panlasa. Haluing mabuti.
c) Ilipat ang halo ng salsa sa isang garapon ng salamin.
d) Takpan ang garapon nang maluwag gamit ang isang takip o tela.
e) Hayaang mag-ferment ang salsa sa temperatura ng kuwarto sa loob ng 1-2 araw.
f) Kapag na-ferment na, itabi ang pineapple salsa sa refrigerator. Masiyahan sa tortilla chips o bilang isang topping para sa inihaw na isda o manok.

38. Fermented Mango Salsa

MGA INGREDIENTS:
- 2 hinog na mangga, binalatan, hiniwa, at hiniwa
- 1/2 pulang sibuyas, pinong tinadtad
- 1 jalapeno pepper, seeded at pinong tinadtad
- 1/4 tasa sariwang cilantro, tinadtad
- Katas ng 2 kalamansi
- 1 kutsarang whey o fermentation starter
- Asin sa panlasa

MGA TAGUBILIN:
a) Sa isang mangkok, pagsamahin ang diced mangoes, tinadtad na pulang sibuyas, jalapeno pepper, at cilantro.
b) Idagdag ang lime juice, whey (o fermentation starter), at asin ayon sa panlasa. Haluing mabuti.
c) Ilipat ang halo ng salsa sa isang garapon ng salamin.
d) Takpan ang garapon nang maluwag gamit ang isang takip o tela.
e) Hayaang mag-ferment ang salsa sa temperatura ng kuwarto sa loob ng 1-2 araw.
f) Kapag na-ferment na, itabi ang mango salsa sa refrigerator. Masiyahan sa tortilla chips o bilang isang topping para sa inihaw na isda o manok.

39. Fermented Peach Salsa

MGA INGREDIENTS:
- 2 hinog na mga milokoton, binalatan, tinadtad, at hiniwa
- 1/2 pulang sibuyas, pinong tinadtad
- 1 jalapeno pepper, seeded at pinong tinadtad
- 1/4 tasa sariwang cilantro, tinadtad
- Katas ng 2 kalamansi
- 1 kutsarang whey o fermentation starter
- Asin sa panlasa

MGA TAGUBILIN:
a) Sa isang mangkok, pagsamahin ang mga diced peach, tinadtad na pulang sibuyas, jalapeno pepper, at cilantro.
b) Idagdag ang lime juice, whey (o fermentation starter), at asin ayon sa panlasa. Haluing mabuti.
c) Ilipat ang halo ng salsa sa isang garapon ng salamin.
d) Takpan ang garapon nang maluwag gamit ang isang takip o tela.
e) Hayaang mag-ferment ang salsa sa temperatura ng kuwarto sa loob ng 1-2 araw.
f) Kapag na-ferment na, itabi ang peach salsa sa refrigerator. Masiyahan sa tortilla chips o bilang isang topping para sa inihaw na isda o manok.

40. Fermented Watermelon Salsa

MGA INGREDIENTS:
- 2 tasang diced na walang seedless na pakwan
- 1/2 pulang sibuyas, pinong tinadtad
- 1 jalapeno pepper, seeded at pinong tinadtad
- 1/4 tasa sariwang dahon ng mint, tinadtad
- Katas ng 2 kalamansi
- 1 kutsarang whey o fermentation starter
- Asin sa panlasa

MGA TAGUBILIN:

a) Sa isang mangkok, pagsamahin ang diced watermelon, tinadtad na pulang sibuyas, jalapeno pepper, at dahon ng mint.
b) Idagdag ang lime juice, whey (o fermentation starter), at asin ayon sa panlasa. Haluing mabuti.
c) Ilipat ang halo ng salsa sa isang garapon ng salamin.
d) Takpan ang garapon nang maluwag gamit ang isang takip o tela.
e) Hayaang mag-ferment ang salsa sa temperatura ng kuwarto sa loob ng 1-2 araw.
f) Kapag na-ferment na, itabi ang watermelon salsa sa refrigerator.
g) Masiyahan sa tortilla chips o bilang isang topping para sa inihaw na isda o manok.

41. Fermented Onion chutney

MGA INGREDIENTS:
- 6 tasa Diced matamis na sibuyas
- ½ tasa sariwang lemon juice
- 2 kutsarita Buong cumin seed
- 1 kutsarita Buong buto ng mustasa
- ½ kutsarita ng sarsa ng Tabasco
- ¼ kutsarita ng Red pepper flakes
- 2 kutsarita ng giniling na sili
- ¼ tasa Light brown sugar
- 1 bawat Asin sa panlasa

MGA TAGUBILIN:
a) Paghaluin ang lahat ng sangkap sa mabigat na kasirola sa katamtamang init.
b) Pakuluan, madalas na pagpapakilos.
c) Kapag kumulo ang timpla, kaagad Alisin mula sa init at ilagay sa mainit na isterilisadong garapon.
d) Vacuum seal.

FERMENTED FRUIT JAMS AND JELLIES

42. Fermented Strawberry Jam

MGA INGREDIENTS:
- 2 pounds na mga strawberry, hinukay at tinadtad
- 1 tasang asukal
- 2 kutsarang lemon juice
- 1 kutsarang whey o fermentation starter

MGA TAGUBILIN:
a) Sa isang malaking mangkok, pagsamahin ang tinadtad na mga strawberry at asukal. Hayaang umupo ng 1 oras upang payagan ang mga strawberry na maglabas ng kanilang katas.
b) Ilipat ang mga strawberry at ang kanilang mga juice sa isang kasirola. Magdagdag ng lemon juice at pakuluan sa medium heat.
c) Lutuin ang mga strawberry, madalas na pagpapakilos, hanggang sa lumapot ang timpla, mga 15-20 minuto.
d) Alisin ang kasirola mula sa apoy at hayaang lumamig nang bahagya ang timpla.
e) Ihalo ang whey o fermentation starter.
f) Ilipat ang jam sa mga isterilisadong garapon.
g) Takpan nang maluwag ang mga garapon gamit ang mga takip o tela.
h) Hayaang mag-ferment ang jam sa temperatura ng kuwarto sa loob ng 1-2 araw.
i) Kapag na-ferment, i-seal nang mahigpit ang mga garapon at iimbak ang mga ito sa refrigerator. Masiyahan sa toast o may yogurt.

43.Fermented Peach Jelly

MGA INGREDIENTS:
- 4 pounds hinog na mga milokoton, binalatan, pitted, at tinadtad
- 1 tasang tubig
- 2 tasang asukal
- Juice ng 1 lemon
- 1 kutsarang whey o fermentation starter

MGA TAGUBILIN:
a) Sa isang malaking kasirola, pagsamahin ang tinadtad na mga milokoton at tubig. Pakuluan sa medium-high heat, pagkatapos ay bawasan ang apoy at kumulo ng 10 minuto.
b) I-mash ang mga peach gamit ang potato masher o tinidor.
c) Maglagay ng fine-mesh na salaan o cheesecloth sa ibabaw ng isang mangkok at salain ang peach mixture, pinindot pababa upang kunin ang mas maraming likido hangga't maaari.
d) Sukatin ang pilit na peach juice at ibalik ito sa kasirola. Magdagdag ng pantay na halaga ng asukal sa juice.
e) Magdagdag ng lemon juice sa kasirola at dalhin ang timpla sa isang pigsa, patuloy na pagpapakilos.
f) Lutuin ang pinaghalong hanggang umabot sa yugto ng gel, mga 10-15 minuto.
g) Alisin ang kasirola mula sa apoy at hayaang lumamig nang bahagya ang timpla.
h) Ihalo ang whey o fermentation starter.
i) Ibuhos ang halaya sa mga isterilisadong garapon.
j) Takpan nang maluwag ang mga garapon gamit ang mga takip o tela.
k) Hayaang mag-ferment ang halaya sa temperatura ng kuwarto sa loob ng 1-2 araw.
l) Kapag na-ferment, i-seal nang mahigpit ang mga garapon at iimbak ang mga ito sa refrigerator. Masiyahan sa toast o bilang isang glaze para sa mga karne.

44. Fermented Raspberry Jam

MGA INGREDIENTS:
- 3 tasa ng raspberry
- 1 tasang asukal
- 1 kutsarang lemon juice
- 1 kutsarang whey o fermentation starter

MGA TAGUBILIN:
a) Sa isang malaking mangkok, pagsamahin ang mga raspberry at asukal. Hayaang umupo ng 1 oras upang payagan ang mga raspberry na maglabas ng kanilang mga katas.
b) Ilipat ang pinaghalong raspberry sa isang kasirola. Magdagdag ng lemon juice at pakuluan sa medium heat.
c) Lutuin ang mga raspberry, madalas na pagpapakilos, hanggang sa lumapot ang timpla, mga 15-20 minuto.
d) Alisin ang kasirola mula sa apoy at hayaang lumamig nang bahagya ang timpla.
e) Ihalo ang whey o fermentation starter.
f) Ilipat ang jam sa mga isterilisadong garapon.
g) Takpan nang maluwag ang mga garapon gamit ang mga takip o tela.
h) Hayaang mag-ferment ang jam sa temperatura ng kuwarto sa loob ng 1-2 araw.
i) Kapag na-ferment, i-seal nang mahigpit ang mga garapon at iimbak ang mga ito sa refrigerator. Masiyahan sa toast o may yogurt.

45. Fermented Blueberry Jelly

MGA INGREDIENTS:
- 4 na tasa ng blueberries
- 1 tasang tubig
- 2 tasang asukal
- Juice ng 1 lemon
- 1 kutsarang whey o fermentation starter

MGA TAGUBILIN:
a) Sa isang malaking kasirola, pagsamahin ang mga blueberries at tubig. Pakuluan sa medium-high heat, pagkatapos ay bawasan ang apoy at kumulo ng 10 minuto.
b) I-mash ang mga blueberry gamit ang potato masher o tinidor.
c) Maglagay ng fine-mesh na salaan o cheesecloth sa ibabaw ng isang mangkok at salain ang pinaghalong blueberry, pinindot pababa upang kunin ang mas maraming likido hangga't maaari.
d) Sukatin ang pilit na blueberry juice at ibalik ito sa kasirola. Magdagdag ng pantay na halaga ng asukal sa juice.
e) Magdagdag ng lemon juice sa kasirola at dalhin ang timpla sa isang pigsa, patuloy na pagpapakilos.
f) Lutuin ang pinaghalong hanggang umabot sa yugto ng gel, mga 10-15 minuto.
g) Alisin ang kasirola mula sa apoy at hayaang lumamig nang bahagya ang timpla.
h) Ihalo ang whey o fermentation starter.
i) Ibuhos ang halaya sa mga isterilisadong garapon.
j) Takpan nang maluwag ang mga garapon gamit ang mga takip o tela.
k) Hayaang mag-ferment ang halaya sa temperatura ng kuwarto sa loob ng 1-2 araw.
l) Kapag na-ferment, i-seal nang mahigpit ang mga garapon at iimbak ang mga ito sa refrigerator. Masiyahan sa toast o may yogurt.

MGA KULTURA NG PRUTAS AT SUKA

46.Kultura na Spicy Peach Chutney

MGA INGREDIENTS:
- ½ maliit na sibuyas, tinadtad (mga ⅓ tasa tinadtad) at igisa
- 2 katamtamang mga milokoton, pitted at coarsely tinadtad
- ½ kutsarita na hindi nilinis na asin sa dagat
- Kurutin ang itim na paminta
- ⅛ kutsarita cloves
- ¼ kutsarita ng turmeric powder
- ½ kutsarita ng ground coriander
- ½ kutsarita ng kanela
- 1 cayenne pepper, tuyo at durog
- 3 kutsarang whey, 2 probiotic na kapsula, o ½ kutsarita ng probiotic powder

MGA TAGUBILIN:

d) Pagsamahin ang lahat ng mga sangkap sa isang mangkok; kung gumagamit ka ng mga probiotic na kapsula, ibuhos ang laman sa pinaghalong prutas, at itapon ang mga walang laman na shell ng kapsula.

e) Haluin hanggang sa ito ay halo-halong mabuti. Ibuhos ang pinaghalong sa isang kalahating quart na mason jar na may takip, takpan, at iwanan sa temperatura ng kuwarto nang humigit-kumulang labindalawang oras.

f) Palamigin, kung saan dapat itong itago nang halos apat na araw.

47.Matamis na Vanilla Peaches

MGA INGREDIENTS:
- 5 medium na peach, pitted at magaspang na tinadtad (mga 5 tasang tinadtad)
- ½ kutsarita ng vanilla powder
- ½ kutsarita cardamom powder (opsyonal)
- 1 kutsarang purong maple syrup
- 2 kutsarang whey

MGA TAGUBILIN:

a) Sa isang malaking mangkok, pagsamahin ang lahat ng mga sangkap at haluing mabuti. I-scoop ang timpla sa isang 1-quart mason jar, takpan, at hayaang umupo ng labindalawang oras.

b) Palamigin, kung saan dapat itong itago sa loob ng apat na araw.

48. Suka ng Crabapple

MGA INGREDIENTS:
- ½ tasa ng asukal sa niyog
- 1 quart (o litro) na na-filter na tubig
- Mga 2 pounds na crabapples

MGA TAGUBILIN:
a) Sa isang pitsel o malaking tasa ng panukat, paghaluin ang asukal at tubig, haluin kung kinakailangan upang mahikayat ang asukal na matunaw.
b) Ilagay ang mga crabapple sa isang lubusang nilinis na 1-quart na garapon na may malawak na bibig, na nag-iiwan ng mga 1 pulgada sa tuktok ng garapon. Ibuhos ang asukal-tubig na solusyon sa mga crabapple, mag-iwan ng humigit-kumulang ¾ pulgada sa tuktok ng garapon. Ang mga crabapple ay lulutang sa itaas, at ang ilan ay hindi lulubog, ngunit iyan ay okay.
c) Takpan ang butas ng ilang layer ng malinis na cheesecloth, at ikabit ang isang nababanat na banda sa paligid ng bibig ng garapon o crock upang hawakan ang cheesecloth sa lugar.
d) Araw-araw, tanggalin ang cheesecloth at haluin upang takpan ang crabapples gamit ang sugar-water solution, muling takpan ng cheesecloth kapag tapos ka na. Ito ay dapat gawin araw-araw upang matiyak na ang mga mansanas ay hindi maaamag sa panahon ng proseso ng pagbuburo.
e) Pagkatapos ng dalawang linggo, pilitin ang mga crabapple, inilalaan ang likido; maaari mong idagdag ang crabapples sa iyong compost. Ibuhos ang likido sa isang bote, at selyuhan ng mahigpit na takip o tapunan. Ang suka ay nagpapanatili ng humigit-kumulang isang taon.

49. Apple Vinegar

MGA INGREDIENTS:
½ tasa ng asukal sa niyog
1 quart na na-filter na tubig
Kasama ang 4 na mansanas, core at balat

MGA TAGUBILIN:

a) Sa isang pitsel o malaking tasa ng pagsukat, paghaluin ang asukal at tubig, haluin kung kinakailangan upang mahikayat ang asukal na matunaw.

b) Gupitin ang mga mansanas sa quarters, at pagkatapos ay i-chop ang bawat piraso sa kalahati. Ilagay ang mga piraso ng mansanas, mga core at mga balat na kasama, sa isang 1- hanggang 2-quart na garapon o crock, na nag-iiwan ng mga 1 hanggang 2 pulgada sa tuktok ng garapon.

c) Ibuhos ang asukal-tubig na solusyon sa mga mansanas, na nag-iiwan ng mga ¾ pulgada sa tuktok ng garapon. Ang mga mansanas ay lulutang sa itaas, at ang ilan ay hindi lulubog, ngunit iyan ay okay.

d) Takpan ang butas ng ilang layer ng malinis na cheesecloth, at ikabit ang isang nababanat na banda sa paligid ng bibig ng garapon o crock upang hawakan ang cheesecloth sa lugar.

e) Araw-araw, tanggalin ang cheesecloth, at pukawin upang takpan ang mga mansanas ng solusyon ng asukal-tubig, muling takpan ng cheesecloth kapag tapos ka na. Dapat mong gawin araw-araw upang matiyak na ang mga mansanas ay hindi maaamag sa panahon ng proseso ng pagbuburo.

f) Pagkatapos ng dalawang linggo, pilitin ang mga mansanas, inilalaan ang likido; maaari mong idagdag ang mga mansanas sa iyong compost. Ibuhos ang likido sa isang bote, at selyuhan ng mahigpit na takip o tapunan. Ang suka ay nagpapanatili ng humigit-kumulang isang taon.

g) Itulak sila sa isang electric juicer para makagawa ng apple juice. Kung wala kang juicer, gupitin lamang ang mga mansanas sa apat na bahagi at i-pure ang mga ito sa isang food processor pagkatapos ay itulak ang pulp ng mansanas sa pamamagitan ng muslin-lined sieve o muslin bag upang alisin ang hibla mula sa juice.

h) Ibuhos ang juice sa malinis, madilim, glass jugs o bote nang hindi nilagyan ng takip. Takpan ang mga tuktok na may ilang mga layer ng cheesecloth, at hawakan ang mga ito sa lugar na may isang nababanat na banda.

i) Itago ang mga bote o garapon sa isang malamig, madilim na lugar sa loob ng tatlong linggo hanggang anim na buwan.

50.Suka ng Pinya

MGA INGREDIENTS:
- ½ tasa ng asukal sa niyog
- 1 quart na na-filter na tubig
- 1 katamtamang pinya

MGA TAGUBILIN:
a) Sa isang pitsel o malaking tasa ng panukat, paghaluin ang asukal at tubig, haluin kung kinakailangan upang mahikayat ang asukal na matunaw.
b) Alisin ang balat at core mula sa pinya. Itabi ang karne ng prutas para sa isa pang gamit. Gupitin ang mga balat at core. Ilagay ang mga scrap ng pinya sa isang 1- hanggang 2-quart na garapon o crock, na nag-iiwan ng mga 1 hanggang 2 pulgada sa tuktok ng garapon.
c) Ibuhos ang sugar-water solution sa mga balat at core ng pinya, na mag-iwan ng humigit-kumulang ¾ pulgada sa tuktok ng garapon. Ang mga piraso ay lulutang sa itaas, at ang ilan ay hindi lulubog, ngunit iyan ay okay.
d) Takpan ang butas ng ilang layer ng malinis na cheesecloth, at ikabit ang isang nababanat na banda sa paligid ng bibig ng garapon o crock upang hawakan ang cheesecloth sa lugar.
e) Araw-araw, alisin ang cheesecloth, at haluin upang takpan ang mga piraso ng pinya ng solusyon ng asukal-tubig. Dapat mong gawin araw-araw upang matiyak na ang mga piraso ng pinya ay hindi maaamag sa panahon ng proseso ng pagbuburo.
f) Pagkatapos ng dalawang linggo, pilitin ang mga piraso ng pinya, itabi ang likido; maaari mong idagdag ang pinya sa iyong compost. Ibuhos ang likido sa isang bote, at selyuhan ng mahigpit na takip o tapunan. Ang suka ay nagpapanatili ng humigit-kumulang isang taon.

FEMENTED FRUIT PICKLES

51. Spiced Fig Pickle

MGA INGREDIENTS:
- 2 tasang sariwang igos, hinati
- ½ tasa ng balsamic vinegar
- ¼ tasang pulot
- 1 kutsarita buto ng mustasa
- ½ kutsarita ng itim na paminta
- ½ kutsarita ng kanela
- Kurot ng asin

MGA TAGUBILIN:
a) Sa isang kasirola, pagsamahin ang balsamic vinegar, honey, mustard seeds, black pepper, cinnamon, at isang pakurot ng asin. Pakuluan hanggang lumapot ng bahagya ang timpla.
b) Magdagdag ng kalahating igos sa kasirola at lutuin hanggang sa lumambot ang mga igos.
c) Hayaang lumamig ang spiced fig pickle bago ito ilipat sa malinis na garapon. I-seal at palamigin.
d) Ang atsara na ito ay isang magandang karagdagan sa mga salad o maaaring ihain kasama ng mga inihaw na karne.

52.Plum at Ginger Pickle

MGA INGREDIENTS:
- 2 tasang plum, pitted at hatiin
- ½ tasang apple cider vinegar
- ¼ tasa ng brown sugar
- 1 kutsarang sariwang luya, gadgad
- 1 kutsarita buto ng mustasa
- ½ kutsarita buto ng kulantro
- Kurot ng asin

MGA TAGUBILIN:
a) Sa isang kasirola, pagsamahin ang apple cider vinegar, brown sugar, gadgad na luya, buto ng mustasa, buto ng kulantro, at isang pakurot ng asin. Pakuluan hanggang matunaw ang asukal.
b) Magdagdag ng kalahating plum sa kasirola at lutuin hanggang malambot ang mga plum.
c) Hayaang lumamig ang plum at ginger pickle bago ito ilipat sa malinis na garapon. I-seal at palamigin.
d) Ang atsara na ito ay isang masarap na pampalasa para sa mga inihaw na karne o maaaring tangkilikin kasama ng keso at crackers.

53. Cherry Almond Pickle

MGA INGREDIENTS:
- 2 tasa sariwang seresa, pitted at kalahati
- ½ tasa ng red wine vinegar
- ¼ tasa ng mga hiwa ng almendras
- 2 kutsarang asukal
- ½ kutsarita vanilla extract
- Kurot ng asin

MGA TAGUBILIN:

a) Sa isang kasirola, pagsamahin ang red wine vinegar, almond slices, asukal, vanilla extract, at isang pakurot ng asin. Painitin hanggang matunaw ang asukal.

b) Magdagdag ng pitted at kalahating sariwang seresa sa kasirola at lutuin hanggang sa lumambot ang mga seresa.

c) Hayaang lumamig ang cherry almond pickle bago ito ilipat sa malinis na garapon. I-seal at palamigin.

d) Ang atsara na ito ay isang natatanging karagdagan sa mga salad o maaaring ihain kasama ng mga dessert tulad ng vanilla ice cream.

54. Peach, Pear, at Cherry Mga atsara

MGA INGREDIENTS:
- 3 kilo ng mga milokoton
- 3 pounds Pears , Peel ed , hatiin d , core d, at cubed
- 1 ½ libra na wala pang hinog na berdeng ubas na walang binhi
- 10-onsa na garapon ng maraschino cherries
- 3 tasang asukal
- 4 tasang tubig

MGA TAGUBILIN:
a) Ilubog ang mga ubas sa isang solusyon ng ascorbic acid .
b) Isawsaw ang mga milokoton sa kumukulong tubig sa loob ng 1 minuto para lumuwag ang mga balat.
c) Balatan ang mga balat. Hatiin sa dalawa, kubo, at panatilihin sa solusyon na may mga ubas.
d) Magdagdag ng peras .
e) Alisan ng tubig ang pinaghalong prutas.
f) Pakuluan ang asukal at tubig sa isang kawali . Magdagdag ng ½ tasa ng mainit na syrup sa bawat mainit na garapon
g) Pagkatapos ay magdagdag ng ilang seresa at dahan-dahang punan ang garapon ng pinaghalong prutas at mas mainit na syrup.
h) Mag-iwan ng ½ pulgadang espasyo .
i) Ilabas ang mga bula ng hangin.
j) Isara ang mga garapon nang mahigpit, pagkatapos ay init ng 5 minuto sa isang paliguan ng tubig.

55. Sweet at Tangy Apricot Pickles

MGA INGREDIENTS:
- 350 g pinatuyong mga aprikot
- 1 kutsarita cloves
- 2 dahon ng bay
- 1 pinatuyong sili
- 1 maliit na cinnamon stick
- 250 ML ng suka ng sherry
- 2-3 tablespoons malinaw runny honey

MGA TAGUBILIN:
a) I-sterilize ang isang malaking garapon na may malawak na bibig sa pamamagitan ng paghuhugas nito sa mainit na tubig na may sabon, banlawan ng mabuti, at pagpapatuyo ng 20 minuto sa isang katamtamang oven, o patakbuhin ito sa mainit na hugasan sa isang dishwasher kung magagamit. Huwag kalimutang gawin ang parehong para sa takip kung ito ay hiwalay.
b) Ilagay ang mga aprikot sa garapon at idagdag ang cinnamon stick, cloves, bay leaves, at pinatuyong sili.
c) Painitin ang suka kasama ang pulot hanggang umabot sa kumulo, ngunit huwag hayaang kumulo—ilang bula lamang ang lumalabas sa mga gilid ng kawali. Pakuluan ng 10 minuto, pagkatapos ay alisin sa init.
d) Ibuhos ang pinaghalong suka-pulot sa prutas sa garapon, siguraduhin na ang lahat ng mga aprikot ay ganap na natatakpan. Kung kinakailangan, magdagdag ng higit pang suka sa pamamagitan ng pagbuhos nito sa itaas.
e) I-seal ang garapon gamit ang takip at itabi ito sa isang malamig at madilim na lugar sa loob ng 2 linggo upang hayaang mabuo ang mga lasa.
f) Ang mga adobo na aprikot ay mananatili sa loob ng 6 na buwan nang hindi nabubuksan. Kapag nabuksan, itabi ang mga ito sa refrigerator at gamitin sa loob ng isang buwan.

56. Avocado Pickles

MGA INGREDIENTS:
- 1 tasang distilled white vinegar
- 1 tasang tubig
- ⅓ tasa ng asukal
- 1 kutsarang kosher salt
- 1 kutsarita na durog na red pepper flakes o pulang paminta
- 1 sibuyas na bawang, hiniwa ng manipis
- 5 sanga ng cilantro
- 2 underripe avocado, binalatan at hiniwa ng manipis

MGA TAGUBILIN:

a) Sa isang maliit na kasirola sa katamtamang init, pagsamahin ang suka, tubig, asukal, at asin. Dalhin sa pigsa, pagpapakilos madalas. Kapag natunaw na ang asukal at asin, itabi upang palamig.

b) Sa isang mason jar, ilagay ang mga red pepper flakes, bawang, cilantro, at mga hiwa ng avocado. Ibuhos ang pinalamig na pinaghalong pag-atsara sa garapon at i-seal nang mahigpit na may takip.

c) Palamigin nang hindi bababa sa 3 oras bago ihain.

57. Adobong Maasim na Cherries

MGA INGREDIENTS:
- 4 tasa pitted maasim na seresa
- ¾ tasang puting suka
- ½ tasang asukal
- ¼ tasa ng tubig
- 1 kutsarang kosher salt
- 6-7 cardamom pods, bahagyang durog

MGA TAGUBILIN:
a) Ilagay ang mga pitted cherry sa malinis na garapon.
b) Sa isang maliit na palayok, pagsamahin ang suka, asukal, tubig, asin, at durog na cardamom pods. Dalhin sa isang kumulo at init hanggang ang asukal ay ganap na matunaw. Ibuhos ang brine sa mga cherry.
c) Hayaang lumamig nang lubusan ang pinaghalong, ligtas na takpan ang mga garapon, at palamigin.
d) Handa nang ihain pagkatapos ng 24 na oras sa refrigerator, lumalalim ang lasa kapag mas matagal silang umupo.

58. Cranberry Orange Pickle

MGA INGREDIENTS:
- 2 tasang sariwang cranberry
- 1 tasang balat ng orange, hiniwa nang manipis
- 1 tasang asukal
- 1 tasang puting suka
- 1 kutsarita ng kanela
- ½ kutsarita cloves
- Kurot ng asin

MGA TAGUBILIN:

a) Sa isang kasirola, pagsamahin ang asukal, puting suka, kanela, clove, at isang kurot ng asin. Pakuluan hanggang matunaw ang asukal.

b) Magdagdag ng mga sariwang cranberry at manipis na hiniwang balat ng orange sa kasirola. Lutuin hanggang sa pumutok ang cranberries at lumapot ang timpla.

c) Hayaang lumamig ang cranberry orange pickle bago ito ilipat sa mga malinis na garapon. I-seal at palamigin.

d) Ang atsara na ito ay isang maligaya na karagdagan sa mga pagkain sa holiday at mahusay na ipinares sa mga pagkaing manok.

59. Spiced Orange Pickle

MGA INGREDIENTS:
- 1.4kg (mga 4 na malalaking) orange
- 1 kutsarita ng asin
- 400g ng asukal sa caster
- 2½ kutsarang gintong syrup
- 185ml (¾ tasa) puting alak na suka
- 125ml (½ tasa) sariwang orange juice
- 6 hiwa ng sariwang luya
- 1 kutsarita black peppercorns, durog
- 1 cinnamon stick
- 1 kutsarita buong cloves

MGA TAGUBILIN:
a) Ilagay ang mga dalandan at asin sa isang malaking kasirola at takpan ng malamig na tubig.
b) Maglagay ng plato sa ibabaw ng mga dalandan upang panatilihing nakalubog ang mga ito.
c) Dalhin sa isang kumulo sa medium-low heat. Magluto ng 40 minuto o hanggang malambot ang mga dalandan. Alisan ng tubig. Itabi para lumamig. Gupitin ang mga dalandan sa kalahati at hiwain ng manipis na mga crossway.
d) Haluin ang asukal, golden syrup, suka, orange juice, luya, peppercorns, cinnamon stick, at cloves sa isang malaking kasirola sa katamtamang init hanggang sa matunaw ang asukal.
e) Idagdag ang orange. Dalhin sa kumulo. Bawasan ang init sa mababang. Magluto ng 20 minuto.
f) Ilipat sa mga isterilisadong garapon at i-seal. Mag-imbak sa isang malamig, madilim na lugar o sa refrigerator ng hindi bababa sa 3 linggo bago buksan upang bumuo ng mga lasa.

60. Lemon Basil Pickle

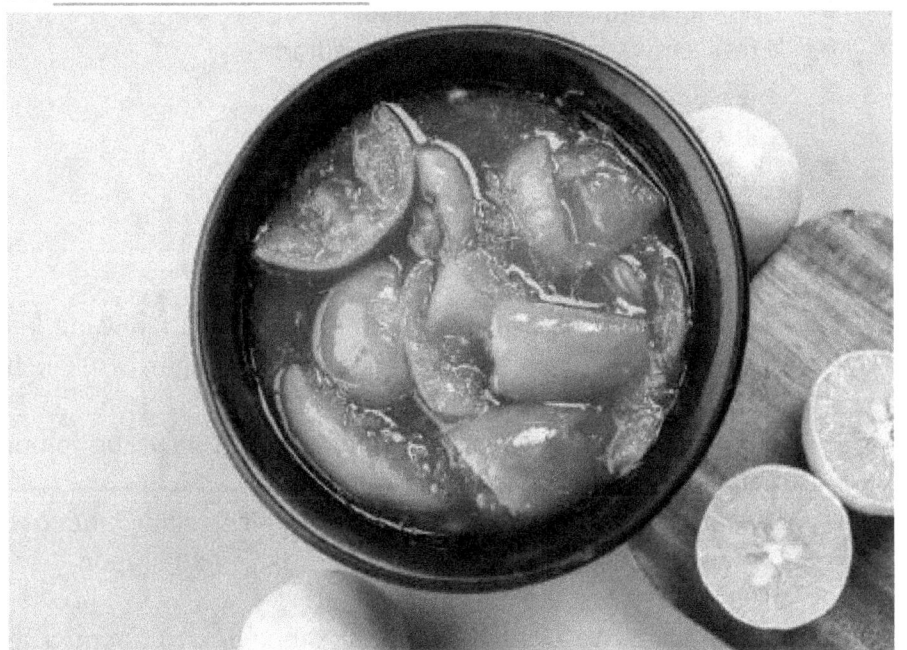

MGA INGREDIENTS:
- 2 tasa ng lemon, hiniwa ng manipis
- ½ tasa sariwang dahon ng basil, tinadtad
- ¼ tasa ng puting alak na suka
- 2 kutsarang asukal
- 1 kutsarita black peppercorns
- Kurot ng asin

MGA TAGUBILIN:

a) Sa isang mangkok, pagsamahin ang manipis na hiniwang lemon, tinadtad na sariwang basil, white wine vinegar, asukal, black peppercorns, at isang kurot ng asin.

b) Ihagis ang mga sangkap hanggang ang mga hiwa ng lemon ay mabalot ng mabuti sa pinaghalong suka.

c) Hayaang mag-marinate ang lemon basil pickle nang hindi bababa sa isang oras bago ito ilipat sa mga malinis na garapon. I-seal at palamigin.

d) Ang atsara na ito ay nagdaragdag ng sabog ng citrus at mga herbal na lasa sa mga salad o maaaring gamitin bilang palamuti para sa mga pagkaing-dagat.

61. Citrus Ginger Pickle

MGA INGREDIENTS:
- 1 tasang orange segment, binalatan
- 1 tasa ng mga segment ng grapefruit, binalatan
- 1 kutsarang sariwang luya, pinong gadgad
- ¼ tasa ng puting alak na suka
- ¼ tasa ng asukal
- ½ kutsarita ng cardamom
- Kurot ng asin

MGA TAGUBILIN:
a) Sa isang mangkok, pagsamahin ang mga orange na segment, grapefruit segment, at pinong gadgad na luya.
b) Sa isang kasirola, painitin ang white wine vinegar, asukal, cardamom, at isang kurot ng asin. Haluin hanggang matunaw ang asukal.
c) Ibuhos ang mainit na pinaghalong suka sa pinaghalong citrus at luya. Haluing mabuti.
d) Hayaang lumamig ang citrus ginger pickle bago ito ilipat sa mga malinis na garapon. I-seal at palamigin.
e) Ang adobo na ito ay isang nakakapreskong karagdagan sa mga salad o maaaring ihain kasama ng inihaw na manok o isda.

62. Honey-Lime Mango Pickle

MGA INGREDIENTS:
- 2 tasang hinog na mangga, diced
- ¼ tasa ng katas ng kalamansi
- 2 kutsarang pulot
- 1 kutsarita ng sili na pulbos
- ½ kutsarita ng kumin
- Kurot ng asin

MGA TAGUBILIN:
a) Sa isang mangkok, pagsamahin ang hiniwang hinog na mangga, katas ng kalamansi, pulot, sili, kumin, at isang kurot na asin.
b) Ihagis ang mga sangkap hanggang sa mabalot ng mabuti ang mangga ng honey-lime mixture.
c) Hayaang mag-marinate ang honey-lime mango pickle nang hindi bababa sa isang oras bago ito ilipat sa mga malinis na garapon. I-seal at palamigin.
d) Ang matamis at maanghang na atsara na ito ay isang kasiya-siyang saliw sa mga inihaw na karne o maaaring tangkilikin nang mag-isa.

63. Yuzu Pickled Daikon

MGA INGREDIENTS:
- 30ml yuzu juice
- 30ml toyo
- 6ml mirin
- ¼ daikon (Japanese radish)
- ¼ kutsarita ng asin
- ½ kutsarita ng asukal
- ¼ kutsarita ng sesame oil
- Dinurog na red pepper flakes (opsyonal na topping)

MGA TAGUBILIN:
a) Paghaluin ang yuzu juice, toyo, at mirin sa isang mangkok. Kung gumagamit ng kapalit na citrus juice, tiyaking nananatiling 30ml ang kabuuang halaga.
b) Balatan ang daikon at gupitin ito sa mga hiwa ng quarter-moon na humigit-kumulang ¼ pulgada ang kapal.
c) Sa isang hiwalay na mangkok, paghaluin ang asin sa mga hiwa ng daikon. Haluing mabuti at hayaang umupo ng 10 minuto.
d) Pagkatapos ng 10 minuto, pisilin ang tubig mula sa inasnan na daikon.
e) Sa isang mangkok ng paghahalo, pagsamahin ang kinatas na daikon sa inihandang sarsa mula sa hakbang 1, asukal, sesame oil, at isang dash ng dinurog na red pepper flakes kung gusto.
f) Hayaang umupo ang pinaghalong para sa 30 minuto, na nagpapahintulot sa mga lasa na maghalo.
g) Pagkatapos mag-marinate, ihain ang yuzu pickled daikon bilang masarap at nakakapreskong side dish.

64. Grapefruit Pickle

MGA INGREDIENTS:
- 1 tinadtad na suha
- 1 kutsarang asin
- ½ kutsarita ng turmeric powder
- Juice ng 1 malaking lemon
- 2 kutsarita ng pulang sili na pulbos

TEMPERING:
- 8 kutsarita ng sesame oil
- 1 kutsarita ng mustasa
- ½ kutsarita asafoetida
- 2 hiwa ng bawang

MGA TAGUBILIN:

a) Sa isang garapon, pagsamahin ang asin, katas ng kalamansi, tinadtad na suha, turmeric powder, at pulang sili na pulbos. Hayaang mag-marinate sa buong araw.

b) Kinabukasan, magpainit ng sesame oil sa isang kawali, magdagdag ng mustasa, asafoetida , at hiniwang bawang para sa tempering. Hayaang lumamig.

c) Paghaluin ang mga tempered na sangkap sa pinaghalong suha nang lubusan.

d) Itabi ang atsara sa refrigerator.

e) Ang grapefruit pickle na ito ay mahusay na ipinares sa curd rice.

65. Mga adobo na Tangerines

MGA INGREDIENTS:
- ½ tasang tubig
- 10 tangerines
- ½ tasang asukal
- ½ kutsarita ng asin
- Isang tilamsik ng suka

MGA TAGUBILIN:
a) Hugasan ang mga tangerines nang lubusan at bahagyang blanch ang mga ito sa kumukulong tubig na may splash ng suka.
b) Patuyuin nang lubusan ang blanched tangerines at hiwain ng manipis.
c) Sa isang kaldero, pagsamahin ang asukal at tubig, at pakuluan ang timpla hanggang sa matunaw ang asukal.
d) Idagdag ang hiniwang tangerines sa kaldero at pakuluan ng mga 5 minuto. Pagkatapos, magdagdag ng asin at pakuluan muli.
e) Hayaang lumamig nang lubusan ang pinaghalong, at pagkatapos ay iimbak ito sa isang lalagyan ng airtight kasama ng likido.
f) I-enjoy ang iyong homemade pickled tangerines sa buong taon! Maaari silang tikman sa kanilang sarili o gamitin bilang isang kasiya-siyang karagdagan sa tangerine tea, o bilang isang maraming nalalaman na sarsa o dressing para sa iba't ibang mga pagkain.

66.Mga adobo na Kumquat

MGA INGREDIENTS:
- 1 pound kumquats
- 1 ½ tasang puting suka
- ½ tasa ng butil na puting asukal
- 1 kutsarita ng adobo na asin
- 6 na paminta
- 6 buong clove
- 2 cardamom pods
- 1 star anise
- 1 manipis na hiwa ng sariwang luya

MGA TAGUBILIN:

a) Hugasan ang mga kumquat at suriin kung may mga malambot na spot. Putulin ang dulo ng tangkay at gupitin sa kalahati, alisin ang anumang nakikitang buto.

b) Ilagay ang halved kumquats sa isang maliit na kasirola at takpan ang mga ito ng malamig na tubig. Pakuluan at pagkatapos ay patayin ang apoy. Hayaang umupo ang mga kumquat ng 5 minuto, pagkatapos ay alisan ng tubig.

c) Sa parehong kasirola, pagsamahin ang suka, asukal, at asin.

d) I-bundle ang mga pampalasa sa cheesecloth o gumamit ng tea infuser at idagdag ang mga ito sa palayok na may suka at asukal. Dalhin ang timpla sa isang pigsa.

e) Kapag kumulo na, idagdag ang pinalambot na kumquat at kumulo ng 1 hanggang 2 minuto.

f) Alisin ang palayok mula sa init at gumamit ng funnel upang ilipat ang mga kumquat at likido sa mga inihandang garapon.

g) Para sa mga garapon na matatag sa istante, punasan ang mga rim, lagyan ng takip at singsing, at iproseso sa isang kumukulong water canner sa loob ng 10 minuto.

h) Kung ginagawa ito bilang atsara sa refrigerator, hayaang lumamig nang husto ang mga garapon at pagkatapos ay itabi ang mga ito sa refrigerator. Hayaang magpahinga ang mga atsara sa loob ng 24 na oras bago kainin.

i) Ang mga adobo sa refrigerator ay mananatili sa loob ng 4 hanggang 6 na linggo, habang ang mga hindi pa nabuksang naprosesong atsara ay maaaring maimbak nang hanggang isang taon sa istante. Tangkilikin ang iyong mga lutong bahay na adobo na kumquat!

67. Citron Pickle

MGA INGREDIENTS:
- 5 maliit na Citron (kahel na laki)
- ¼ tasa na nakatambak na Crystal Salt o Sea Salt
- 13-15 tuyong pulang sili
- ½ kutsarita ng Fenugreek seeds
- ⅛ kutsarita ng Asafoetida
- 100ml Gingelly Oil
- 1 kutsarang buto ng mustasa

MGA TAGUBILIN:

a) Hugasan at patuyuin nang husto ang Citron, siguraduhing walang nilalamang tubig sa balat.
b) Gupitin ang Citron sa mga wedges, alisin ang lahat ng mga buto sa panahon ng proseso.
c) Gumamit ng isang mangkok na may masikip na takip, mas mabuti na ceramic o porselana. Idagdag ang citron wedges sa mangkok.
d) Paghaluin ang dagat/bato/kristal na asin, siguraduhing ang lahat ng sangkap ay maayos na hinahagis.
e) Takpan ang mangkok at itabi ito nang hindi nagagambala sa loob ng 3-4 na araw. Ihagis nang mabuti ang mga nilalaman dalawang beses araw-araw na may wastong mga pagitan, na nagpapahintulot sa asin na maghalo nang lubusan sa Citron.
f) Pagkatapos ng 3-4 na araw, ang mga citron wedge ay lalambot, at ang juice ay ilalabas. Kung hindi malambot sa ika-4 na araw, pahabain ang oras ng pagbabad para sa isa pang araw.
g) Patuyuin ang inihaw na buto ng fenugreek at tuyong pulang sili, na nag-iingat na huwag masunog ang fenugreek. Sa dulo, magdagdag ng asafoetida at hayaan itong lumamig sa temperatura ng silid.
h) Kapag lumamig, gilingin ang mga inihaw na pampalasa sa isang pulbos at idagdag ito sa Citron.
i) Init ang gingelly oil sa isang kawali. Kapag mainit, ilagay ang buto ng mustasa at hayaang tumalsik. Patayin ang apoy at hayaang lumamig ang langis sa temperatura ng kuwarto.
j) Kapag lumamig na, ibuhos itong napapanahong mantika sa pinaghalong Citron. Haluing mabuti.
k) Ang atsara ay handa na ngayon. Itago ito sa isang sterilized na bote.
l) Habang nakaupo ang atsara, ang katas ay unti-unting maglalabas mula sa Citron. Sa paglipas ng panahon, ang atsara ay magiging malambot at may lasa. Ang huling resulta ay magkakaroon ng mas maraming laman at katas, tulad ng ipinapakita sa mga kasamang larawan.
m) Tangkilikin ang iyong lutong bahay na Citron pickle!

68. Cantaloupe Pickles

MGA INGREDIENTS:
- 5 pounds ng 1-inch cantaloupe cube
- 1 kutsarita dinurog na pulang paminta flakes
- 2 cinnamon sticks
- 2 kutsarita ng giniling na mga clove
- 1 kutsaritang giniling na luya
- 4 ½ tasa cider 5% suka
- 2 tasang tubig
- 1 ½ tasang puting asukal
- 1 ½ tasang brown sugar

MGA TAGUBILIN:
a) Ilagay ang cantaloupe, pepper flakes, cinnamon sticks, cloves, at luya sa isang bag ng pampalasa.
b) Pagsamahin ang suka at tubig sa isang stockpot. Pakuluan .
c) Magdagdag ng spice bag at matarik sa loob ng 5 minuto, gumagalaw nang paminsan-minsan .
d) Ibuhos ang mga piraso ng melon sa mangkok.
e) Palamigin sa magdamag .
f) Sa susunod na araw, P ang aming solusyon ng suka sa isang kasirola; dalhin sa isang umuusok na pigsa .
g) Magdagdag ng asukal , at cantaloupe at ibalik sa pigsa.
h) S imme r , mga 1 hanggang ¼ oras. Itabi.
i) Pakuluan ang natitirang likido para sa karagdagang 5 minuto.
j) Idagdag ang cantaloupe, at ibalik ito sa pigsa.
k) Ilagay ang mga piraso sa mainit na pint na garapon, na nag-iiwan ng 1 pulgadang espasyo .
l) Itaas na may kumukulong syrup, na nag-iiwan ng ½ pulgadang espasyo .
m) Ilabas ang mga bula ng hangin.
n) Isara ang mga garapon nang mahigpit, pagkatapos ay init ng 5 minuto sa isang paliguan ng tubig.

69.Adobo na Balatan ng Pakwan

MGA INGREDIENTS:
- 1 tasang puting suka
- ½ tasang suka ng bigas
- 1 ½ tasang tubig
- ½ tasang asukal
- 3-pulgada na piraso ng luya, sira
- 2 cinnamon sticks, sira
- 1 kutsarang adobo na asin
- 1 kutsarita black peppercorns
- 1 kutsarita cloves
- 3 tasang balat ng pakwan, inalis ang berdeng balat at tinadtad sa 2 pulgadang piraso
- 1 jalapeño pepper, hiniwa (opsyonal)

MGA TAGUBILIN:
a) Sa isang malaking kasirola sa katamtamang init, i-dissolve ang asukal sa puting suka, suka ng bigas, at tubig. Paghaluin ang luya, kanela, asin, peppercorns, at cloves, dinadala ang timpla sa pigsa.

b) Magdagdag ng balat ng pakwan at kumulo ng 5 minuto o hanggang lumambot. Alisin mula sa init at payagan itong lumamig sa loob ng 30 minuto.

c) Kung gagamit, ipamahagi ang mga hiwa ng jalapeño sa pagitan ng 2 (16-onsa) na garapon na may takip.

d) Matapos lumamig ang timpla sa loob ng 30 minuto, hatiin ang mga balat ng pakwan at likidong pang-atsara sa pagitan ng mga garapon.

e) Takpan at palamigin ng hanggang 2 linggo. Para sa pinakamainam na lasa, palamigin nang hindi bababa sa 24 na oras bago ihain.

70. Adobong Honeydew na may Herbs

MGA INGREDIENTS:
- 1 malaki, hinog na berdeng pulot-pukyutan (mga 6 na libra)
- 1 tasang distilled white vinegar
- ½ tasang asukal
- 1 hanggang 2 mainit na pulang sili na sili , pinagbinhan at pinong tinadtad
- Mga iminungkahing topping: tinadtad na inasnan na mani at pinunit na sariwang cilantro, basil, o dahon ng mint, o isang halo

MGA TAGUBILIN:
a) Gupitin ang pulot-pukyutan sa kalahati, inilalaan ang kalahati para sa isa pang paggamit. Alisin ang balat at gupitin sa 3 wedges, pagkatapos ay hiwain upang lumikha ng ½-pulgada ang kapal na tatsulok, na nagbubunga ng humigit-kumulang 6 na tasa.
b) Ilagay ang prutas sa isang resealable plastic bag.
c) Sa isang maliit na kasirola, pagsamahin ang suka, asukal, at tinadtad na sili . Pakuluan, haluin paminsan-minsan, at pakuluan ng mga 30 segundo.
d) Ilipat sa isang maliit na mangkok, magdagdag ng 1 tasa ng yelo, at pukawin. Kapag ang timpla ay malambot, ibuhos ito sa melon, isara ang bag, pinindot ang hangin.
e) Ilagay ang bag nang patag sa isang mababaw na ulam at palamigin nang hindi bababa sa 4 na oras at hanggang magdamag, i-flip ang bag pagkatapos ng humigit-kumulang 2 oras.
f) Alisin ang melon mula sa brine, iwaksi ang labis na likido, at ilagay sa isang platter. Budburan ang mga tinadtad na mani at herbs sa ibabaw kung ninanais, at ihain.

71. Adobo na Galia Melon

MGA INGREDIENTS:
- ½ Galia melon, balat, at buto ay inalis, hiniwa sa manipis na wedges
- 2 kutsarang puting alak na suka
- ½ kutsarita ng kosher na asin
- ¼ kutsarita ng sariwang giniling na itim na paminta, at higit pa

MGA TAGUBILIN:
a) Sa isang malaking mangkok, pagsamahin ang white wine vinegar, kosher salt, ¼ kutsarita ng paminta, at 2 kutsarang tubig.
b) Idagdag ang hiniwang melon ng Galia sa pinaghalong at ihagis nang lubusan.
c) Takpan ang mangkok at palamigin, hayaang mag-atsara ang melon nang hindi bababa sa 30 minuto, o hanggang magdamag.
d) Bago ihain, budburan ng karagdagang sariwang giniling na itim na paminta sa panlasa.

72.Adobong Pakwan at Dill

MGA INGREDIENTS:
- 1 3-4 pounds ng pakwan
- ½ bungkos ng dill, mga tangkay
- 4-5 cloves na bawang, binalatan
- 3-4 bay dahon (sariwa kung magagamit)
- 2 maliit na Serrano chili (o 1 jalapeno), hinati
- 6 tasang sinala ng tubig
- ¼ tasa ng kosher na asin
- ¼ tasa ng asukal
- 2 kutsarang puti o apple cider vinegar
- 1 kutsarang peppercorns

MGA TAGUBILIN:

a) Hugasan nang maigi ang pakwan at hiwain ito sa nais na mga piraso, humigit-kumulang ¾-1" ang kapal, gupitin sa maliliit na tatsulok na may balat.

b) Sa isang malaking garapon ng salamin o ceramic crock, ilagay ang dill, bawang, ilang dahon ng bay, at ang Serrano chili sa ibaba. I-layer ang hiniwang pakwan sa itaas. Kung kinakailangan, hatiin ang mga sangkap na ito sa mga garapon, ilagay ang mga aromatic sa ilalim ng bawat garapon.

c) Sa isang katamtamang palayok, pagsamahin ang tubig, asin, asukal, suka, at paminta. Pakuluan, painitin hanggang sa matunaw ang asin at asukal. Ibuhos ang likido sa pakwan sa (mga) garapon. Itaas ang natitirang mga dahon ng bay at karagdagang dill kung ninanais. Kung ang pakwan ay lumulutang sa ibabaw ng likido, timbangin ito sa pamamagitan ng paglalagay ng maliit na plato sa loob ng garapon na may mabigat na bagay sa ibabaw.

d) Hayaang lumamig nang lubusan ang pinaghalong, pagkatapos ay palamigin. Ang pakwan ay handa nang ihain pagkatapos ng 24 na oras, ngunit para sa pinakamahusay na lasa, maghintay ng 3-4 na araw bago ihain.

73. Kool-Aid Watermelon Pickles

MGA INGREDIENTS:
- 2-½ tasang balat ng pakwan
- 1-½ tasa ng Tropical Punch Kool-Aid, na inihanda sa bawat direksyon ng pakete
- 2 sariwang hiwa ng luya, ¼ pulgada ang kapal
- 4 kutsarita kosher salt
- ¼ kutsarita ng red pepper flakes
- 1 kutsarita ng allspice berries

MGA TAGUBILIN:
a) Hugasan at tuyo ang pakwan ng maigi.
b) Gumamit ng pangbabalat ng gulay upang alisin ang lahat ng panlabas (berde) na balat.
c) Gupitin ang tuktok at ibaba ng pakwan. Gupitin ang pakwan sa apat na bahagi at itabi ang balat sa gilid.
d) Gupitin ang balat, mag-iwan ng halos ½ pulgada ng laman na nakadikit.
e) I-flip ang mga hiwa ng balat, pababa sa gilid ng laman. Gupitin ang mga ito sa kalahating pahaba, pagkatapos ay sa ¼ pulgada–½ pulgadang pahalang na hiwa. Panghuli, gupitin sa 1-pulgada na piraso.
f) Sa isang katamtamang laki ng stockpot, pakuluan ang lahat ng sangkap (maliban sa balat ng pakwan).
g) Sa isang hiwalay na lalagyan, ibuhos ang mainit na likido sa ibabaw ng balat ng pakwan, na tinitiyak na ang balat ay ganap na nalubog.
h) Pahintulutan itong lumamig sa temperatura ng kuwarto.
i) Takpan ang lalagyan at ilipat ito sa refrigerator.
j) Mag-imbak ng hanggang 1 buwan.

74. Blueberry Mint Pickle

MGA INGREDIENTS:
- 2 tasang sariwang blueberries
- ½ tasang apple cider vinegar
- ¼ tasang pulot
- ¼ tasa sariwang dahon ng mint, tinadtad
- ½ kutsarita ng kanela
- Kurot ng asin

MGA TAGUBILIN:

a) Sa isang kasirola, pagsamahin ang apple cider vinegar, honey, tinadtad na dahon ng mint, cinnamon, at isang kurot ng asin. Painitin hanggang matunaw ang pulot.

b) Magdagdag ng mga sariwang blueberries sa kasirola at kumulo hanggang sa bahagyang lumambot ang mga berry.

c) Hayaang lumamig ang blueberry mint pickle bago ito ilipat sa malinis na garapon. I-seal at palamigin.

d) Ang atsara na ito ay isang kasiya-siyang karagdagan sa yogurt, at mga panghimagas, o maaaring ihain bilang pampalasa para sa mga inihaw na karne.

75. Raspberry Balsamic Pickle

MGA INGREDIENTS:
- 2 tasang sariwang raspberry
- ½ tasa ng balsamic vinegar
- ¼ tasang pulot
- 1 kutsarita ng itim na paminta
- Kurot ng asin

MGA TAGUBILIN:
a) Sa isang kasirola, pagsamahin ang balsamic vinegar, honey, black pepper, at isang pakurot ng asin. Painitin hanggang sa bahagyang lumapot ang timpla.
b) Magdagdag ng mga sariwang raspberry sa kasirola at lutuin hanggang sa masira ang mga raspberry at ang timpla ay umabot sa isang tulad ng jam.
c) Hayaang lumamig ang raspberry balsamic pickle bago ito ilipat sa mga malinis na garapon. I-seal at palamigin.
d) Ang matamis at tangy na atsara na ito ay mahusay na ipinares sa keso o maaaring gamitin bilang isang topping para sa mga dessert.

76. Adobong Strawberry

MGA INGREDIENTS:
- 2 ½ tasang puting distilled vinegar
- 1 ⅓ tasa ng tubig
- 2 kutsarang pulot
- 2 kutsarita ng kosher na asin
- 1 kutsarita black peppercorns
- 4 (2-pulgada) na piraso ng balat ng lemon
- 3 tasang ice cubes
- 8 tasang hinukay at hinati ng mga strawberry

MGA TAGUBILIN:

a) Sa isang katamtamang kasirola sa sobrang init, pagsamahin ang puting distilled vinegar, tubig, pulot, kosher salt, black peppercorns, at lemon peel strips.

b) Pakuluan ang pinaghalong, madalas na pagpapakilos hanggang sa matunaw ang pulot. Hayaang kumulo ng 1 minuto.

c) Alisin ang kasirola mula sa apoy at ihalo ang mga ice cubes. Hayaang lumamig ang timpla sa loob ng 20 minuto.

d) Hatiin ang mga sariwang strawberry sa pagitan ng 2 (1-quart) na lata ng lata o 4-pint na garapon.

e) Ibuhos ang pinaghalong suka sa temperatura ng silid nang pantay-pantay sa prutas.

f) Takpan ang mga garapon at palamigin nang hindi bababa sa 4 na oras o hanggang 2 araw.

77. Mga adobo na Blackberry

MGA INGREDIENTS:
- 350 g ng mga blackberry (bagong pinili)
- 160 ML ng pulang alak na suka
- 160 ML ng tubig
- 8 juniper berries
- 8 black peppercorns
- 2 dahon ng bay
- 2 x ½ cm sariwang hiwa ng luya
- ½ orange, ang pared na balat ng
- 90 g ng butil na asukal
- 1 kutsarang Maldon salt

MGA TAGUBILIN:

a) Sa isang kasirola, pagsamahin ang lahat ng sangkap maliban sa mga blackberry. Dalhin sa isang mabagal na kumulo at init hanggang sa matunaw ang asukal at asin. Alisin mula sa init at hayaan itong ganap na lumamig.

b) Dahan-dahang banlawan ang mga blackberry at hayaang maubos ang mga ito sa loob ng 15 minuto.

c) Ilagay ang mga blackberry sa isang isterilisadong garapon ng salamin at ibuhos ang atsara. Tiyakin na ang mga blackberry ay nakalubog; pindutin pababa gamit ang isang malinis na kutsara kung kinakailangan.

d) Mag-imbak sa temperatura ng silid sa loob ng ilang araw. Handa na silang gamitin.

e) Para sa mas mahabang imbakan, palamigin sa loob ng 4-6 na linggo.

78.Mabilis na Adobong Cranberry

MGA INGREDIENTS:
- 1 ½ libra ng sariwang cranberry (dalawang 12 ounces na bag)
- ¾ tasang apple cider vinegar
- ¾ tasa ng asukal
- 1 cinnamon stick
- ½ tasang apple cider
- ¼ tasa ng sariwang kinatas na katas ng kalamansi
- 1 kutsarita ng luya

MGA TAGUBILIN:

a) Hugasan at tuyo ang dalawang-pinta na garapon o isang-quart na garapon para sa pag-iimbak ng mga adobo na cranberry.

b) Pagsamahin ang cranberries, suka, asukal, at cinnamon stick sa isang malaking kasirola at dahan-dahang pakuluan sa katamtamang init, haluin upang matunaw ang asukal.

c) Ibaba ang apoy at pakuluan ang mga cranberry sa loob ng 2-3 minuto. (Gusto mong lumambot ang mga berry ngunit panatilihin ang kanilang hugis at hindi nahati o pumutok.)

d) Gamit ang isang slotted na kutsara, ilipat ang mga berry sa garapon o mga garapon, na iniiwan ang likido.

e) Idagdag ang apple cider, lime juice, at luya sa likido sa palayok at bumalik sa pigsa. Pakuluan ng 2-3 minuto hanggang lumapot ng bahagya. Alisan sa init.

f) Lagyan ng brine ang mga cranberry sa garapon o mga garapon. Hayaang lumamig bago takpan.

g) Palamigin. Para sa pinakamahusay na lasa, hayaang matuyo ang mga cranberry sa loob ng ilang araw bago kainin.

79. Adobo na Persimmons

MGA INGREDIENTS:
- 2 matatag, makinis na Fuyu persimmons
- 1 tasa ng apple cider o rice vinegar (o kumbinasyon ng pareho)
- 1 pulgada ng sariwang luya, gadgad
- 3 kutsarang asukal
- 1 kutsarita ng kosher salt
- 2 malaking kurot ng red pepper flakes

MGA TAGUBILIN:
a) Gupitin ang mga dulo ng persimmons, alisan ng balat, at hiwain ang mga ito sa mga disk (nagbubunga ng 4 hanggang 5 disk na persimmon). I-quarter ang bawat disk. I-pack ang mga hiwa sa isang malinis na 16-ounce na mason jar na may takip.
b) Ihanda ang brine: Sa isang maliit na kasirola, dalhin ang lahat ng iba pang mga sangkap sa isang kumulo. Alisin ang kasirola mula sa apoy.
c) Ibuhos ang brine sa ibabaw ng persimmons sa mason jar, turnilyo sa takip, at palamigin. Ang mga adobo na persimmon ay handa nang kainin pagkatapos ng isang araw, ngunit ang kanilang lasa ay patuloy na bubuo at tumindi sa loob ng isang linggo o mas matagal pa. Enjoy!

80. Adobong Pomegranate At Pipino

MGA INGREDIENTS:
- ½ tasa ng apple cider vinegar
- 1 kutsara ng agave syrup
- ¼ kutsarita ng pinong asin sa dagat
- 1 kutsarita ng dinurog na buong buto ng kulantro
- 1 sanga ng sariwang rosemary
- ½ tasa ng manipis na hiniwang pulang sibuyas
- ¾ tasa ng English cucumber, hiniwa sa ¼-inch-by-1-inch sticks
- ½ tasa ng hiniwang haras
- 1 tasa ng POM Pomegranate Aril

MGA TAGUBILIN:

a) Pagsamahin ang apple cider vinegar, agave syrup, asin, durog na buto ng coriander, at rosemary sa isang mixing bowl. Pukawin ang halo, bahagyang pagdurog ng rosemary gamit ang isang kutsara.

b) Idagdag ang mga gulay at POM Pomegranate Aril sa mangkok, haluin upang malagyan ng adobo na likido. Hayaang umupo ang pinaghalong 15 hanggang 20 minuto, paminsan-minsang pagpapakilos.

c) Ang pinaghalong adobo ay maaaring palamigin ng hanggang isang linggo. Ihain ito kasama ng crackers o crostini kasama ng keso.

81. Minty Boozy Pickled Berries

MGA INGREDIENTS:
- 3 tasang halo-halong berries (strawberries, blueberries, raspberries)
- 1 tasang puting alak na suka
- 1 tasang tubig
- ½ tasang pulot
- ¼ tasa sariwang dahon ng mint
- 1 kutsarita black peppercorns
- ½ kutsarita ng asin
- ½ tasa 80-100 proof dark rum, brandy, o vodka

MGA TAGUBILIN:
a) Sa isang kasirola, pagsamahin ang white wine vinegar, tubig, pulot, dahon ng mint, peppercorns, at asin.
b) Pakuluan, haluin hanggang matunaw ang pulot.
c) Magdagdag ng halo-halong mga berry sa kumukulong timpla. Bawasan ang init at kumulo ng 3-5 minuto hanggang sa bahagyang lumambot ang mga berry.
d) Alisin ang kasirola mula sa apoy at hayaan itong lumamig sa temperatura ng kuwarto.
e) Kapag lumamig na, haluin ang iyong napiling dark rum, brandy, o vodka.
f) Ilipat ang mga adobo na berry, dahon ng mint, at likido sa mga isterilisadong garapon.
g) Isara ang mga garapon at palamigin nang hindi bababa sa 24 na oras bago ihain.

82. Mango Pickle

MGA INGREDIENTS:
- 2 tasang hilaw na mangga, binalatan at hiniwa
- ½ tasa ng langis ng mustasa
- 1 kutsarang buto ng mustasa
- 1 kutsarita na buto ng fenugreek
- 1 kutsarita na buto ng haras
- 1 kutsarita ng turmerik
- 1 kutsarang pulang sili na pulbos
- 1 kutsarang asin
- 1 kutsarang jaggery (opsyonal, para sa tamis)

MGA TAGUBILIN:
a) Init ang langis ng mustasa hanggang sa umusok ito, pagkatapos ay payagan itong lumamig nang bahagya.
b) Sa isang kawali, tuyo ang inihaw na buto ng mustasa, buto ng fenugreek, at buto ng haras hanggang sa mabango. Gilingin ang mga ito sa isang magaspang na pulbos.
c) Paghaluin ang giniling na spice powder na may turmerik, red chili powder, asin, at jaggery .
d) Sa isang mangkok, pagsamahin ang hiniwang hilaw na mangga sa pinaghalong pampalasa.
e) Ibuhos ang bahagyang pinalamig na langis ng mustasa sa pinaghalong mangga at haluing mabuti.
f) Ilipat ang adobo ng mangga upang linisin ang mga garapon, isara ito ng mahigpit, at hayaang matanda ito ng ilang araw bago ihain.

83. Mango, Pineapple, at Papaya Pickle

MGA INGREDIENTS:
- 1 tasang mangga, diced
- 1 tasang pinya, diced
- 1 tasang papaya, diced
- ½ tasang katas ng kalamansi
- ¼ tasang pulot
- 1 kutsarita ng sili na pulbos
- ½ kutsarita ng kumin
- Kurot ng asin

MGA TAGUBILIN:
a) Sa isang mangkok, pagsamahin ang diced na mangga, pinya, at papaya.
b) Sa isang hiwalay na mangkok, haluin ang katas ng kalamansi, pulot, sili, kumin, at isang kurot ng asin.
c) Ibuhos ang dressing sa tropikal na fruit medley at ihagis hanggang mabalot ng mabuti.
d) Hayaang mag-marinate ang atsara nang hindi bababa sa isang oras bago ito ilipat sa mga malinis na garapon. I-seal at palamigin.
e) Ang tropikal na fruit pickle na ito ay isang nakakapreskong karagdagan sa mga summer salad o maaaring ihain kasama ng inihaw na seafood.

84. Matamis at Maanghang Pineapple Pickle

MGA INGREDIENTS:
- 2 tasang pinya, diced
- ½ tasang puting suka
- ½ tasang asukal
- 1 kutsarita buto ng mustasa
- 1 kutsarita na buto ng haras
- 1 kutsarita ng red chili flakes
- ½ kutsarita ng turmerik
- ½ kutsarita ng itim na asin

MGA TAGUBILIN:

a) Sa isang kasirola, pagsamahin ang puting suka, asukal, buto ng mustasa, buto ng haras, pulang chili flakes, turmerik, at itim na asin. Painitin hanggang matunaw ang asukal.

b) Ilagay ang diced na pinya sa kasirola at kumulo hanggang lumambot ng bahagya ang pinya.

c) Hayaang lumamig ang matamis at maanghang na atsara ng pinya bago ito ilipat sa mga malinis na garapon. I-seal at palamigin.

d) Ang atsara na ito ay isang masarap na saliw sa mga inihaw na karne o maaaring tangkilikin nang mag-isa.

85. Kiwi Jalapeño Pickle

MGA INGREDIENTS:
- 2 tasang kiwi, binalatan at hiniwa
- 1-2 jalapeños, hiniwa (adjust base sa spice preference)
- ½ tasang suka ng bigas
- ¼ tasang pulot
- 1 kutsarita ng black sesame seeds
- Kurot ng asin

MGA TAGUBILIN:

a) Sa isang mangkok, pagsamahin ang rice vinegar, honey, black sesame seeds, at isang pakurot ng asin. Haluin hanggang sa maayos na pinagsama.

b) Magdagdag ng hiniwang kiwi at jalapeños sa mangkok, tiyaking nababalutan sila ng pinaghalong suka.

c) Hayaang mag-marinate ang kiwi jalapeño pickle nang hindi bababa sa isang oras bago ito ilipat sa mga malinis na garapon. I-seal at palamigin.

d) Ang atsara na ito ay nagdaragdag ng matamis at maanghang na sipa sa mga salad o bilang pang-top para sa inihaw na isda.

86. Atsara ng Sili ng Bayabas

MGA INGREDIENTS:
- 2 tasang hinog na bayabas, diced
- ¼ tasa ng katas ng kalamansi
- 2 kutsarang sili na pulbos
- 1 kutsarang pulot
- 1 kutsarita ng kumin
- Kurot ng asin

MGA TAGUBILIN:
a) Sa isang mangkok, pagsamahin ang diced hinog na bayabas, katas ng kalamansi, sili, pulot, kumin, at isang kurot na asin.
b) Ihagis ang mga sangkap hanggang sa mabalot ng mabuti ang bayabas ng chili-lime mixture.
c) Hayaang mag-marinate ang chili pickle ng bayabas nang hindi bababa sa isang oras bago ito ilipat sa mga malinis na garapon. I-seal at palamigin.
d) Ang matamis at maanghang na atsara na ito ay isang kakaiba at tropikal na karagdagan sa mga salad o maaaring tangkilikin nang mag-isa.

87. Starfruit Ginger Pickle

MGA INGREDIENTS:
- 2 tasang starfruit (carambola), hiniwa
- ¼ tasa ng suka ng bigas
- 2 kutsarang sariwang luya, gadgad
- 1 kutsarang asukal
- 1 kutsarita ng black sesame seeds
- Kurot ng asin

MGA TAGUBILIN:

a) Sa isang mangkok, pagsamahin ang hiniwang starfruit, suka ng bigas, gadgad na luya, asukal, black sesame seeds, at isang pakurot ng asin.

b) Ihagis ang mga sangkap hanggang sa mabalot ng mabuti ang starfruit sa pinaghalong suka.

c) Hayaang mag-marinate ang starfruit ginger pickle nang hindi bababa sa isang oras bago ito ilipat sa mga malinis na garapon. I-seal at palamigin.

88. Adobong Dragon Fruit

MGA INGREDIENTS:
- 1 tasang Distilled White Vinegar
- ½ tasang tubig
- 1 kutsarang Pickling Spice
- 1 kutsarang Kosher Salt
- 1 Prutas ng Dragon

MGA TAGUBILIN:

a) Pakuluan ang distilled white vinegar, tubig, pickling spice, at kosher salt sa isang palayok.
b) Gupitin ang dragon fruit sa kalahating pahaba. I-scop out ang batik-batik na prutas, itapon ang balat, at gupitin ito sa ¼-pulgada na makapal na hiwa.
c) Ilagay ang mga hiwa ng dragon fruit sa isang resealable pint glass jar. Ibuhos ang pang-atsara na likido sa prutas, siguraduhing ito ay ganap na natatakpan.
d) Isara ang garapon at palamigin magdamag. Ihain nang malamig ang adobo na dragon fruit. Enjoy!

89. Jackfruit Mango Pickle

MGA INGREDIENTS:
- 1 kilo ng Langka, hiwa-hiwain
- 2 medium-sized na mangga, tinadtad sa maliliit na piraso
- 50 gramo ng pulang sili na pulbos
- ½ kutsarita ng turmerik
- 150 gramo ng asin
- 1 kutsarang buto ng haras
- ½ kutsarita ng fenugreek
- 100 gramo ng dilaw na mustasa pulbos
- ½ kutsarita asafoetida
- 300 ML langis ng mustasa
- ⅓ tasa ng suka

MGA TAGUBILIN:
a) Pakuluan ang langka sa loob ng 5-7 minuto na may asin at isang kurot ng turmerik. Patuyuin ang tubig.
b) Ilipat ang bahagyang lutong langka sa isang malaking mixing bowl, at idagdag ang tinadtad na mangga at lahat ng pampalasa maliban sa asafoetida.
c) Paghaluin nang lubusan ang mga sangkap.
d) Mag-init ng mantika, magdagdag ng asafoetida, at ibuhos ang langka masala sa kawali.
e) Idagdag ang natitirang mantika at suka.
f) Magdala ng maraming tubig para kumulo. Magdagdag ng 1 kutsarang asin.
g) Pakuluan ang langka sa loob ng 5 hanggang 7 minuto, siguraduhing mananatiling matatag ito at hindi ganap na luto.
h) Patuyuin ang pinakuluang langka at ikalat ito sa isang tuwalya sa araw o sa ilalim ng bentilador sa loob ng 1 oras.
i) Patuyuin ang mga buto ng haras at fenugreek, pagkatapos ay gilingin ang mga ito sa isang magaspang na pulbos.
j) Idagdag ang spice powder sa langka kasama ang tinadtad na mangga.
k) Mag-init ng 2 kutsarang mantika, ilagay ang asafoetida at ibuhos ito sa masala ng langka.
l) Idagdag ang natitirang langis at suka, bigyan ito ng isang mahusay na halo.
m) Takpan at itabi. Haluin ang pinaghalong isang beses o dalawang beses araw-araw sa loob ng 3 araw.
n) Ilipat ang atsara sa isang malinis na garapon ng salamin at iimbak ito.

90.Atsara ng Kiwi

MGA INGREDIENTS:
- 4-5 hinog na kiwi, binalatan at diced
- 1 kutsarang buto ng mustasa
- 1 kutsarita na buto ng haras
- 1 kutsaritang buto ng kumin
- ½ kutsarita ng turmeric powder
- ½ kutsarita pulang sili na pulbos (i-adjust sa panlasa)
- 1 kutsarang luya, pinong tinadtad
- 2-3 cloves ng bawang, tinadtad
- ½ tasang puting suka
- 2 kutsarang asukal
- Asin sa panlasa
- 2 kutsarang langis ng gulay

MGA TAGUBILIN:
a) Balatan ang mga kiwi at hiwain ang mga ito sa maliliit, kagat-laki ng mga piraso.
b) Sa isang maliit na kawali, tuyo ang inihaw na buto ng mustasa, buto ng haras, at buto ng kumin hanggang sa mailabas nila ang kanilang aroma. Gilingin ang mga ito sa isang magaspang na pulbos.
c) Sa isang kasirola, painitin ang langis ng gulay sa katamtamang init. Magdagdag ng tinadtad na luya at tinadtad na bawang. Igisa hanggang mabango.
d) Idagdag ang ground spice powder, turmeric powder, at red chili powder. Haluing mabuti para pagsamahin.
e) Idagdag ang diced kiwis sa pinaghalong pampalasa. Malumanay na haluin upang mabalot ng mga pampalasa ang kiwi.
f) Ibuhos ang puting suka at magdagdag ng asukal. Haluing mabuti at hayaang kumulo ng mga 5-7 minuto hanggang sa bahagyang lumambot ang kiwi.
g) Tikman ang atsara at ayusin ang asin at asukal ayon sa iyong kagustuhan. Pakuluan ng ilang minuto pa hanggang sa matunaw ang mga lasa.
h) Hayaang lumamig nang lubusan ang kiwi pickle bago ito ilipat sa malinis at airtight jar. Palamigin ng hindi bababa sa ilang oras bago kainin.

91. Spiced Apple Rings

MGA INGREDIENTS:
- 12 pounds firm tart apples , hugasan, hiwain d, at core d
- 12 tasang asukal
- 6 tasang tubig
- ¼ tasa 5% puting suka
- 8 stick ng kanela
- 3 kutsarang buong clove
- 1 kutsarita ng pulang pangkulay ng pagkain

MGA TAGUBILIN:
a) nag mmerse ako mansanas sa isang solusyon ng ascorbic acid .
b) Pagsamahin ang asukal, tubig, suka, clove, cinnamon candies, stick, at food coloring.
c) Haluin at kumulo ng 3 minuto.
d) Alisan ng tubig ang mga mansanas, idagdag sa mainit na syrup, at lutuin ng 5 minuto.
e) Punan ang mga maiinit na garapon ng mga singsing ng mansanas at mainit na lasa ng syrup, na nag-iiwan ng ½ pulgadang espasyo .
f) Ilabas ang mga bula ng hangin.
g) Isara ang mga garapon nang mahigpit, pagkatapos ay init ng 5 minuto sa isang paliguan ng tubig.

92. Gingered Pear Pickle

MGA INGREDIENTS:
- 2 tasang peras, binalatan at hiniwa
- ½ tasang apple cider vinegar
- ½ tasang pulot
- 1 kutsarang sariwang luya, gadgad
- 1 kutsarita buto ng mustasa
- ½ kutsarita ng kanela
- ½ kutsarita cloves
- Kurot ng asin

MGA TAGUBILIN:

a) Sa isang kasirola, pagsamahin ang apple cider vinegar, honey, gadgad na luya, buto ng mustasa, kanela, clove, at isang kurot ng asin. Dalhin sa kumulo.

b) Magdagdag ng hiniwang peras sa kasirola at lutuin hanggang ang mga peras ay malambot ngunit hindi malambot.

c) Hayaang lumamig ang gingered pear pickle bago ito ilipat sa malinis na garapon. I-seal at palamigin.

d) Ang atsara na ito ay mahusay na ipinares sa keso at crackers o bilang isang pampalasa para sa mga pagkaing baboy.

93. Apple at Beet Pickles

MGA INGREDIENTS:
- 2 tasang beets, binalatan at hiniwa
- 1 tasang pulang sibuyas, hiniwa ng manipis
- 1 tasang mansanas, diced
- 1 tasang gintong pasas
- 1 tasang apple cider vinegar
- 1 tasang tubig
- 1 tasang brown sugar
- 1 kutsarita ng kanela
- 1 kutsarita cloves
- 1 kutsarita ng allspice

MGA TAGUBILIN:

a) Sa isang kasirola, pagsamahin ang apple cider vinegar, tubig, brown sugar, cinnamon, cloves, at allspice. Pakuluan, haluin hanggang matunaw ang asukal.

b) Magdagdag ng mga beets, pulang sibuyas, mansanas, at gintong pasas sa kumukulong timpla. Lutuin hanggang malambot ang mga beets.

c) Hayaang lumamig ang pinaghalong bago ilipat ito sa mga malinis na garapon. I-seal at palamigin.

d) Ang matamis at tangy beet pickles na ito ay isang kasiya-siyang karagdagan sa mga salad o bilang isang natatanging side dish.

94. Vanilla Bourbon Pears Pickles

MGA INGREDIENTS:
- 8-10 matatag ngunit hinog na Bosc Pears
- 2 tasang brown sugar
- 1 kutsarang Vanilla extract o ½ vanilla bean
- 2-3 kutsarang Bourbon (bawat garapon)
- 1-2 kutsarang Lemon Juice
- 6-8 tasa ng Tubig

MGA TAGUBILIN:

a) Magsimula sa pamamagitan ng paghahanda ng iyong canner pot na may rack sa kalan, na puno ng 4 na 1-litro na garapon at tubig. Dalhin ito sa isang pigsa upang isterilisado ang mga garapon sa loob ng 25 minuto. Sa huling 10-15 minuto, idagdag ang mga lids, canning tongs, at iba pang kagamitan na plano mong gamitin.

b) Habang ang palayok ay kumukulo, alisan ng balat at gupitin ang mga peras sa kalahati o quarter. Ang mga quarter ay ginustong para sa mas madaling pag-iimpake sa mga garapon. Ilagay ang mga ito sa isang mangkok at takpan ng lemon juice upang maiwasan ang browning.

c) Lumikha ng sugar syrup sa pamamagitan ng pagdaragdag ng 2 tasa ng asukal sa 6 na tasa ng tubig. Dalhin ito sa isang pigsa, hayaan itong kumulo ng ilang minuto, at pagkatapos ay alisin ito mula sa init. Magdagdag ng ilang kutsarang lemon juice at vanilla extract.

d) Kapag ang mga garapon ay isterilisado, maingat na ilagay ang mga ito sa isang malinis na tuwalya.

e) Idagdag ang mga peras sa bawat garapon, at magdagdag ng isang shot glass ng bourbon o humigit-kumulang 3 kutsara. Maingat na punan ang garapon ng mainit na sugar syrup, na nag-iiwan ng ½ pulgadang espasyo sa itaas, siguraduhing ang mga peras ay ganap na natatakpan upang maiwasan ang browning.

f) I-secure nang mahigpit ang mga takip at singsing ngunit hindi masyadong masikip. Ibalik ang mga garapon sa kumukulong palayok ng canner at iproseso nang hindi hihigit sa 30 minuto, tinitiyak na ang mga garapon ay natatakpan ng hindi bababa sa 1 pulgada ng tubig sa ibabaw ng mga takip.

g) Pagkatapos ng 30 minuto, gumamit ng canning tongs upang alisin ang mga garapon mula sa tubig at ilagay ang mga ito sa isang tuwalya upang ganap na lumamig. Siguraduhin na sila ay nasa lugar na walang draft, iniiwasan ang paghawak at pagkabunggo. Maaari kang makarinig ng mahinang "ping," na nagpapahiwatig na ang mga garapon ay tinatakan.
h) Kapag lumamig, dahan-dahang pindutin ang mga tuktok ng mga garapon. Kung hindi sila babalik, nangangahulugan ito na sila ay selyado nang perpekto. Kung hindi selyado, palamigin ito; ang prutas ay mananatili sa loob ng ilang linggo.
i) Bahagyang tanggalin ang mga singsing upang makapasok ang hangin at maiwasan ang kalawang. Ang iyong mga garapon ay mananatiling selyado hangga't hinahawakan mo ang mga ito nang malumanay. Kapag natuyo na, i-screw muli ang mga singsing at itago nang hindi bababa sa 1 buwan bago buksan.

95. Rosemary Pickled Pears

MGA INGREDIENTS:
- 450g granulated sugar
- 400ml cider vinegar
- 1 kutsarita cloves
- 1 kutsarita ng allspice berries
- 1 maliit na cinnamon stick, nahati sa kalahati
- 4 na piraso ng lemon zest
- 750g maliliit na peras, binalatan at iniwang buo, na nakadikit pa rin ang mga tangkay nito
- 2 sanga ng rosemary

MGA TAGUBILIN:
a) Sa isang malaki at mabigat na kawali, pagsamahin ang asukal, suka, pampalasa, at lemon zest. Dahan-dahang pakuluan ang timpla.
b) Idagdag ang mga peras at kumulo sa loob ng 10 minuto. Pagkatapos, ilagay ang rosemary sprigs at lutuin ng karagdagang 5 minuto hanggang sa lumambot lang ang mga prutas. Gamit ang isang slotted na kutsara, ilipat ang mga peras, rosemary, at pampalasa sa isang isterilisadong garapon (tingnan ang tip sa ibaba). Ibalik ang adobo na likido sa init at hayaang bumula ito sa loob ng 5 minuto, walang takip.
c) Ibuhos ang likidong pang-atsara sa mga peras sa garapon at pagkatapos ay i-seal ang garapon. Kapag malamig, itabi ang garapon hanggang 2 buwan sa isang malamig, madilim na lugar. Kung binuksan, palamigin at ubusin sa loob ng 2 linggo.

96. Apple Jicama Pickles

MGA INGREDIENTS:
BASIC BRINE:
- 1 tasang tubig
- 1 tasang apple cider vinegar
- 2 kutsarang asukal
- 1 kutsarang kosher salt

NILALAMAN NG JAR (HINATI SA 2-PINT JARS):
- 2 medium na mansanas, hiniwa
- 1 maliit na jicama, binalatan at hiniwa
- 1 vanilla bean
- 6 na kardamono pod
- 2 kutsarang black peppercorns
- 2 kutsarita buong allspice

MGA TAGUBILIN:
a) Paghaluin ang mga sangkap ng brine sa isang kasirola sa medium-high heat para sa mga 5 minuto upang matunaw ang asukal at asin.
b) Hatiin ang cardamom, peppercorns, at allspice sa ilalim ng bawat garapon. Hatiin ng manipis ang mga mansanas at balatan at hiwain ang jicama sa magkatulad na laki. Paghalili ang bawat piraso, isalansan ang mga ito sa garapon na nakatayo sa dulo, at pagkatapos ay isalansan patagilid sa itaas upang mapuno ang garapon.
c) Hiwain ang vanilla bean nang pahaba at simutin ang mga buto mula sa loob ng bawat kalahati. Idagdag ang mga buto at kalahati ng pod sa bawat garapon. Gumamit ng chopstick o hawakan ng kutsara upang gabayan ang vanilla bean sa garapon sa kahabaan ng loob upang makita mo ito mula sa labas.
d) Sa sandaling maihanda ang garapon, painitin ang brine hanggang sa pigsa. Ibuhos ang mainit na brine sa mga nilalaman sa garapon, punan ito sa ibaba lamang ng gilid (siguraduhin na ang brine ay sumasakop sa lahat ng mga gulay). Hayaang lumamig sa temperatura ng silid, i-screw ang takip, at palamigin nang hanggang 1 buwan.
e) Ang malulutong na hiwa ng mansanas at jicama na ito na nilagyan ng pickle brine na may tunay na vanilla bean, cardamom pods, black peppercorns, at allspice berries ay gumagawa ng masarap na pampalasa para sa mga charcuterie board, salad, at higit pa. Enjoy!

97.Adobong Mansanas na may Sili

MGA INGREDIENTS:
- 3 berdeng mansanas (binalatan at tinadtad)
- 3 kutsarang katas ng kalamansi
- 1 sili (hiniwa)
- 200ml na tubig
- 150ml apple cider vinegar
- 100g ng asukal
- ½ kutsarita ng asin
- 2 pinatuyong balat ng tangerine

MGA TAGUBILIN:
a) Sa isang kasirola, pakuluan ang tubig, apple cider vinegar, asukal, asin, at pinatuyong balat ng dalanghita. Haluin hanggang matunaw ang asukal at asin, pagkatapos ay alisin sa init at payagan itong lumamig sa temperatura ng silid.
b) Hiwain ang mga mansanas gamit ang isang chip cutter, ilagay ang mga ito sa isang malaking mangkok, magdagdag ng katas ng kalamansi at hiniwang sili, pagkatapos ay dahan-dahang ihalo.
c) Ilagay ang hiniwang mansanas sa isang airtight sterilized na garapon, pagkatapos ay ibuhos ang atsara na likido sa garapon, siguraduhing natatakpan lamang nito ang mga mansanas.
d) Mag-imbak sa refrigerator sa loob ng 1 oras at hanggang 2 araw.
e) Tangkilikin ang iyong adobo na mansanas na may isang sipa ng sili! Gumagawa sila ng isang kasiya-siya at nakakapreskong karagdagan sa iyong mga pagkain o bilang isang natatanging meryenda.

98.Apple Pie Pickles

MGA INGREDIENTS:
- 24 malalaking mansanas (binalatan, tinadtad, at hiniwa)
- 12 cinnamon sticks
- 4 na tasang apple cider vinegar
- 4 tasang tubig
- 2 tasang asukal
- 6 na kutsarang asin
- 3 kutsarang buong clove
- 1 kutsarang Apple Pie Spice

MGA TAGUBILIN:
a) I-core at hiwain ang mga mansanas, pagkatapos ay i-pack ang mga ito sa mga mason jar kasama ang isang cinnamon stick sa bawat garapon.
b) Sa isang maliit na kaldero, lutuin ang natitirang sangkap (apple cider vinegar, tubig, asukal, asin, buong clove, at Apple Pie Spice) sa katamtamang init hanggang sa matunaw ang asukal at asin.
c) Alisin ang kaldero mula sa init at maingat na sandok ang pickling liquid sa ibabaw ng mga mansanas, hatiin ang mga pampalasa nang pantay-pantay sa mga garapon at mag-iwan ng ½-inch na headspace.
d) Dahan-dahang i-tap ang bawat garapon laban sa mesa upang palabasin ang anumang mga bula ng hangin.
e) Ilapat ang mainit na mga takip at singsing, at higpitan ito ng mahigpit sa dulo ng daliri.
f) Paligo sa tubig ang mga garapon sa loob ng 10 minuto.
g) Hayaang umupo ang mga garapon ng 2 linggo bago buksan.
h) Tangkilikin ang kaaya-ayang aroma at lasa ng Apple Pie Pickles na ito, isang kakaibang twist na pinagsasama ang kabutihan ng spiced na mansanas at ang tanginess ng pickles.
i) Perpekto para sa pagdaragdag ng isang pagsabog ng lasa sa iyong mga pagkain o bilang isang masarap na meryenda.

99. Winter Whisky Apple Pickles

MGA INGREDIENTS:
- 2 medium/malaking mansanas
- 2 karaniwang laki ng garapon
- 1 tasang tubig
- ½ tasang asukal
- ½ tasang apple cider vinegar
- 1 tasang Fireball whisky
- Cinnamon sticks
- Star anise
- Buong cranberry
- Mga sariwang sanga ng rosemary

MGA TAGUBILIN:

a) Hiwain ang mga mansanas bilang manipis at parang laso hangga't maaari, alisin ang anumang buto. Maaari kang gumamit ng spiralizer o kutsilyo para sa hakbang na ito.

b) Pantay-pantay na hatiin ang hiniwang mansanas sa dalawang garapon.

c) Magdagdag ng mga cinnamon sticks, star anise, buong cranberry, at sariwang rosemary sprigs sa mga garapon, na inilalagay ang mga ito sa mga mansanas para sa isang visually appealing presentation.

d) Sa isang malaking mangkok, pagsamahin ang asukal, tubig, apple cider vinegar, at Fireball whisky. Haluing mabuti para pagsamahin.

e) Ibuhos ang likido nang pantay-pantay sa pagitan ng dalawang garapon, tiyaking natatakpan ng mabuti ang mga mansanas at aromatic.

f) Isara nang mahigpit ang mga garapon gamit ang kanilang mga takip at ilagay ang mga ito sa refrigerator nang hindi bababa sa 1 oras. Ang mga atsara ay magiging mas lasa sa paglipas ng panahon, ngunit ang mga mansanas ay dapat mapanatili ang isang magandang malutong na langutngot.

100. Balsamic Cinnamon Pear Pickles

MGA INGREDIENTS:
- 4 na malalaking peras, binalatan, tinadtad, at hiniwa
- 1 tasang balsamic vinegar
- ½ tasang tubig
- ½ tasang pulot
- 2 cinnamon sticks
- 1 kutsarita buong black peppercorns
- ½ kutsarita ng asin

MGA TAGUBILIN:
a) Sa isang kasirola, pagsamahin ang balsamic vinegar, tubig, pulot, cinnamon sticks, peppercorns, at asin. Pakuluan, haluin hanggang matunaw ang pulot.
b) Magdagdag ng mga hiwa ng peras sa kumukulong timpla. Bawasan ang init at kumulo sa loob ng 8-10 minuto hanggang malambot ang mga peras.
c) Alisin ang kasirola mula sa apoy at hayaan itong lumamig sa temperatura ng kuwarto.
d) Itapon ang mga cinnamon stick at ilipat ang mga adobo na peras at likido sa mga isterilisadong garapon.
e) Isara ang mga garapon at palamigin nang hindi bababa sa 24 na oras bago tangkilikin.

KONGKLUSYON

Habang tinatapos natin ang ating paglalakbay sa pamamagitan ng "Ang kumpleto na gabay sa fermented fruit" sana ay nakahanap ka ng inspirasyon, kaalaman, at isang bagong tuklas na pagpapahalaga para sa sining ng fermentation. Mula sa tangy mango chutney hanggang sa fizzy raspberry kombucha, ang bawat ferment ay isang testamento sa transformative power ng microbes at ang creativity ng fermenter. Habang patuloy mong ginalugad ang mundo ng fermentation, tandaan na ang eksperimento ay susi—huwag matakot na sumubok ng mga bagong prutas, pampalasa, o mga diskarte sa pagbuburo.

Ang fermentation ay hindi lamang isang culinary technique; ito ay isang paraan ng pamumuhay—isang koneksyon sa ating nakaraan, isang pagdiriwang ng pagkakaiba-iba, at isang pangako sa pagpapanatili. Sa pamamagitan ng pagbuburo ng mga prutas, iginagalang natin ang karunungan ng ating mga ninuno, binabawasan ang pag-aaksaya ng pagkain, at pinapakain ang katawan at kaluluwa ng mga masigla, mayaman sa probiotic na pagkain.

Hinihikayat kitang ibahagi ang iyong paglalakbay sa pagbuburo sa iba—magpalitan ng mga recipe, mag-host ng mga party sa pagtikim, at ikalat ang kagalakan ng fermentation sa iyong komunidad. Sama-sama, patuloy nating pangalagaan ang tradisyon, yakapin ang pagbabago, at lasapin ang masasarap na bunga ng ating paggawa.

Salamat sa pagsama sa akin sa fermenting adventure na ito. Nawa'y maging mabula ang iyong mga ferment, matapang ang iyong mga lasa, at walang hanggan ang iyong pagkamalikhain sa pagluluto. Cheers sa isang mundo na puno ng fermented delight!

www.ingramcontent.com/pod-product-compliance
Lightning Source LLC
Chambersburg PA
CBHW050151130526
44591CB00033B/1252